രാവിലൊരു നിലാപക്ഷി

KAVITHAKAL

ആൻ മേരി ജേക്കബ്

Made with ♥ on the Notion Press Platform
www.notionpress.com

എന്റെ സന്തോഷത്തിലും ദുഃഖത്തിലും ഒരു പോലെ നിന്ന് ,
ആത്മാർത്ഥമായി എന്നെയും എന്റെ എഴുത്തിനെയും വളർച്ചയെയും
എന്റെ മനസ്സിനെയും സ്നേഹിക്കുന്നവർക്ക്..
മനസ്സിലാക്കിയവർക്ക്.. കൂടെ നിൽക്കുന്നവർക്ക്...നിന്നവർക്ക്

ഉള്ളടക്കം

ഉള്ളടക്കം

ഉള്ളടക്കം

Layout & Design - Madhav Krishna
Cover - Joel B George

ഗുരുമൊഴി

ആൻ മേരി ജേക്കബിൻറെ "രാവിലൊരു *നിലാപ്പക്ഷി*"യിൽ ചിരിയുടെ നുരമണിക്കിലുക്കമാണു കൂടുതൽ വട്ടം ഞാൻ കേട്ടത്. നിലാവിൻറെ ചിരിക്ക് ചാരുത കൂട്ടുന്നതു രാവിൻറെ കറുപ്പാണ്. ആ കറുപ്പിൻറെ ഭംഗി നന്നായി പങ്കിടാനും കഴിഞ്ഞു. തിരയുടെ താളുകൾ മറിയുന്ന ഓർമ്മത്തീരം, തൊട്ടു തൊട്ടില്ല എന്ന മട്ടിൽ മഞ്ഞിൻറെ മൗനവും, മഴയുടെയഴകും, തഴുകി മറയുന്ന പ്രണയ വിചാരങ്ങൾ, വിരഹത്തിൽ മാത്രമല്ല മരണ ത്തിനടുത്തും മധുരം ചാലിച്ച ചിരിയുണ്ട്. വനദേവതയുടെ ചിരി കാണാതെ കാടിൻറെ ഗർജ്ജനംകേൾക്കുന്നോരേ... അനാഥയുടെ ഉമ്മകളെ വരെ അക്ഷരമാല്യമണിയിക്കുന്ന, ട്രാൻസ് ജൻഡറിലെ അർദ്ധനാരീശ്വര സൗഹൃദം കൊതിക്കുന്ന, രണ്ടാമൂഴമൂഴിയിൽ ആഗ്രഹിക്കുന്ന ആൻ എഴുതുന്നു...

"ചെയ്യുവാൻ കഴിയുന്നതിൽ ആനന്ദിക്കെടോ,

ചെയ്യുന്നവരെ അഭിനന്ദിക്കെടോ .. " നല്ലതിനെ കുഴപ്പമില്ല എന്ന ആസ്വാദനം ചാർത്തി അസൂയപ്പെടുന്ന മലയാളികളോടാകട്ടെ ഈ വാക്കുകൾ. നിൻറെ വാക്കു നിൽക്കുന്നിടത്തു നിൻറെ തൂലിക

ചലിപ്പിക്കുക.

ആൻ മേരി ജേക്കബ് (AMJ) ആത്മാവിൽ മന്ദഹാസമുള്ള ജന്മം (AMJ) തന്നെയാകട്ടെ.

നന്മ നേരുന്നു.

ശരച്ചന്ദ്രവർമ്മ,
വയലാർ .

ആൻ മേരി ജേക്കബ്. പത്തനംതിട്ട ജില്ലയിൽ കൊടുമൺ ദേശത്തു ഫാദർ ജേക്കബ് എബ്രഹാമിന്റെയും അന്നമ്മ സാമൂവേലിന്റെയും മകളായി 2000 ഒക്ടോബർ 4 നു ജനനം. ഏയ്ഞ്ചൽ, ഏബൽ എന്നിവർ സഹോദരങ്ങൾ. ജവാഹർ നവോദയ വിദ്യാലയത്തിൽ 6 ആറാം ക്ലാസ്സ് മുതൽ ഹോസ്റ്റൽ ജീവിതത്തോടൊപ്പം സ്കൂൾ പഠനം. പത്തനംതിട്ട കാതോലിക്കേറ്റ് കോളേജിൽ ഇംഗ്ലീഷ് സാഹിത്യത്തിൽ ബിരുദം.

മഹാകവി വെണ്ണിക്കുളം ഗോപാലക്കുറുപ്പ് സ്മാരക പുരസ്കാരം പതിനെട്ടാം വയസ്സിൽ നേടി, യുവപ്രതിഭ സാഹിത്യ പുരസ്കാരം 2022- കരസ്ഥമാക്കി. കവിയരങ്ങ് 2022 ൽ വച്ചു കവയിത്രി എന്ന നിലയിൽ അരങ്ങേറ്റം. 'തൊണ്ണൂറ്റൊമ്പതര കവി(ത)കൾ', 'സ്ത്രീത' തുടങ്ങിയ കവിതാസമഹാരങ്ങളിൽ തന്റെതായിട്ടുള്ള സംഭാവനകൾ നൽകി.
കൂടെ, സെന, ഹിമം, നിത്യജീവൻ,നതാലിയ, താതന്റെ മൗലിയിൽ, i just need, സഹ, നിറവാർന്ന സ്നേഹം, തുടങ്ങിയ ഷോർട്ട് ഫിലിം, ആൽബം തുടങ്ങിയവയ്ക്ക് ഗാനങ്ങൾ രചിച്ചു.

അവതാരിക

"ഒരിക്കലും ഒരു കാര്യം എഴുതാൻ വേണ്ടി എഴുതാറില്ല, എന്നാൽ എഴുത്ത് എന്നെ തേടി എത്തുമ്പോൾ അത് ഞാൻ അവഗണിക്കാറുമില്ല." എന്ന് എഴുതിയ ആൻ മേരി ജേക്കബ് എന്ന അക്ഷരസ്നേഹിയുടെ അമ്പത് കവിതകൾ അടങ്ങിയ ആദ്യ കൃതിയാണ് " രാവിലൊരു നിലാപക്ഷി". 'പ്രിയപ്പെട്ട സഖേ' എന്ന ആദ്യ കവിത നിർമ്മല മനസ്സിന്റെ തുറന്നെഴുത്താണ്. മഹാകവി വെണ്ണിക്കുളം ഗോപാലക്കുറുപ്പ് സ്മാരക പുരസ്കാരം നേടിയ 'ഗുരുസ്മൃതി' എന്ന കാവ്യം പരിപാവനമായ ഗുരു ശിഷ്യ ബന്ധത്തെ അനശ്വരമാക്കുകയാണ്.

"അണയില്ല ഒരുനാളും മനസ്സിലെ തിരിനാളം
ഗുരു എന്ന സത്യത്തിൻ പൂർണ്ണതയിൽ" ഇവിടെ ഗുരു ഈശ്വരചൈതന്യമായി മാറുന്നു.

'ചിരി' വിഷയമാക്കിയ കവിതകൾ എത്രയോ വിസ്മയകരമായി അവതരിപ്പിക്കുന്നതു കാണാം. ഇത് ചിരിയുടെ ഒരു പാഠപുസ്തകമായി മാറും എന്നാണ് എന്റെ വിചാരം. ഭാരതീയ കാവ്യമീമാംസയിൽ കാവ്യത്തെ ആസ്വാദ്യമാക്കിത്തീർക്കുന്ന പ്രത്യേക മർമ്മങ്ങളിൽ പ്രസാദം, മാധുര്യം, ഓജസ്സ് ഇവ കാവ്യഗുണങ്ങളാണ്. ഇവ ആൻ മേരി കവിതകളിൽ സംഗമിക്കുന്നത് കാണാം. താളനിബദ്ധവും ഭാവാത്മകവുമായ സാഹിത്യകൃതിയിലൂടെ കവയിത്രിയുടെ സർഗാത്മക പ്രതിഭ കിരീടം ചൂടി നില്ക്കുന്നത് കാണാം.

"അണയാത്ത സ്നേഹത്തിൻ കുളിരിളം
സ്പർശമായി എന്നെ തലോടുന്നു മാതൃസ്നേഹം "

മാതൃസ്നേഹത്തിന്റെ ധന്യതയും ഊഷ്മളതയും അണയാതെ നിത്യാനന്ദമാകുന്ന അനുഭവം. 'മൗനം,മഴക്കാറ്,മിന്നാമിനുങ്ങു, നിഴൽ, തീരം, സംഗീതം....' തുടങ്ങിയ ഓരോ കവിതകളും മനുഷ്യമനസുകളുടെയും പ്രകൃതിയുടെ സൂക്ഷ്മ കണികകളുടെയും ഉണർത്തുപാട്ടുകളാണ്.

ഈ കൃതിയുടെ അവസാനം കവിമനസ്സ് അത്യുന്നതവും അനിർവ്വചനീയവും അവിസ്മരണീയവുമായ ഭാവതലങ്ങളിലേക്ക് ഉയർന്ന് ശുഭസുന്ദരമായ രാവിനോടു പറ്റിച്ചേർന്ന് തരളമൊരു ചില്ലയിലിരുന്ന് പാടുന്ന നിലാപക്ഷിയായി മാറി. കഴിഞ്ഞുപോയ ഇന്നലകളുടെ, ഓർമ്മകളുടെ ഉണർത്തുപാട്ടുകളുമായി, വരാനുള്ള നാളെകളെ പ്രണയിച്ചുകൊണ്ട് അതിർവരമ്പുകൾക്കപ്പുറത്തേക്ക് അഖിലാണ്ഡങ്ങളിൽ പാടി പാറി പറക്കട്ടെ...

നിത്യസത്യചൈതന്യ സൂര്യശോഭയായി മാറട്ടെ നിത്യവും.

ആൻ മേരി കവിതകൾക്ക്

ആയിരമായിരം അനുഗ്രഹാശംസകൾ.

ഫാ.യോഹന്നാൻ ശങ്കരത്തിൽ.

ആമുഖം

ക്ഷരമില്ലാത്തതാണ് അക്ഷരം. മനസ്സിന്റെ അടിത്തട്ടിൽ, തിളയ്ക്കുന്ന ചിന്തകളെ അനേകം ചക്രവാളങ്ങൾക്കപ്പുറത്തേക്ക് കൊണ്ടെത്തിക്കാൻ കഴിയുന്ന ഒരു മനോഹരമായ മാർഗ്ഗമാണു അക്ഷരം. അക്ഷരങ്ങളെ സ്നേഹിക്കുന്നവർ മനുഷ്യമനസുകളുടെ വൈവിധ്യമാർന്ന വികാരങ്ങളും താളങ്ങളും മനസിലാക്കുന്നു. ഒരു എഴുത്തുകാരി / എഴുത്തുകാരൻ തന്റെ ക്രിയാത്മകത മാത്രമല്ല, തന്റെ ബുദ്ധിശക്തിയും, നിരീക്ഷണ പാടവവും, വ്യക്തമായ കാഴ്ചപ്പാടും തന്റെ എഴുത്തിൽ പ്രതിഫലിപ്പിക്കുമ്പോഴാണ് ഒരു എഴുത്തു അനശ്വരമാകുന്നത്. അപ്പോളാണ് തന്റെ വാക്കുകൾക്ക് തീവ്രത ഉണ്ടാകുന്നത്. തീവ്രമായ വാക്കുകൾ ശരം പോലെ വായനക്കാരുടെ ഹൃദയത്തിൽ തുളച്ചു കയറും. അത് കൊണ്ടാണ് സുഗതകുമാരിയും,ബഷീറും, ഒ എൻ വി യുമെല്ലാം ഇന്നും വായനക്കാരുടെ മനസിലൂടെ ജീവിച്ചുകൊണ്ടിരിക്കുന്നത്. അക്ഷരങ്ങളെ സ്നേഹിക്കുന്നവർക്ക് അത് എന്നും ഒരു തണൽ ആണ്. സന്തോഷത്തിൽ ആഹ്ലാദിപ്പാൻ, പ്രതികരിക്കാൻ, പ്രതിഷേധിക്കാൻ, സ്വയം ആസ്വദിക്കാൻ, ആശ്വസിക്കാൻ, തുടങ്ങി എല്ലാത്തിനും അക്ഷരം ശക്തി ആണ്. എനിക്ക് പല വിധത്തിലും പല സാഹചര്യങ്ങളിൽ അക്ഷരം ഒരു കൂട്ടായി വന്നിട്ടുണ്ട്. അതിനാൽ തന്നെ അക്ഷരങ്ങളെ സ്നേഹിക്കുന്ന ഒരാളെ അക്ഷരം തിരിച്ചും സ്നേഹിച്ചു തുടങ്ങും. ഇത്രയധികം മനുഷ്യ വികാരങ്ങളുമായി വളരെ യുക്തമായി കോർത്തിണങ്ങുന്ന ഒരു ഉപാധി അക്ഷരത്തെ കവിഞ്ഞു മറ്റൊന്നിനെയും ഞാൻ അറിഞ്ഞിട്ടില്ല, അഥവാ അനുഭവിച്ചിട്ടില്ല.ഞാൻ എഴുതുമ്പോഴും വരക്കുമ്പോഴും പലപ്പോഴും നല്ല പാട്ടുകൾ കേൾക്കാറുണ്ട്. സംഗീതത്തിന്റെ മാന്ത്രികത എന്നെ മറ്റൊരു ലോകത്തേക്ക് കൊണ്ട് പോകുന്നു, കൂടെ എന്റെ കൈകകളെ തെളിക്കുന്നു. അവിടെയും ഓരോ വരികളിലൂടെയും

വാക്കുകളിലൂടെയും ആണ് എന്റെ സഞ്ചാരം അത്രയും.

ഒരിക്കലും ഒരു കാര്യം എഴുതാൻ വേണ്ടി ഞാൻ എഴുതാറില്ല. എന്നാൽ, എഴുത്ത് എന്നെ തേടി വരുമ്പോൾ ഞാൻ അവഗണിക്കാറുമില്ല. ഒരു മനോഹരമായ പ്രണയം എഴുത്തിനോട് ഞാൻ ഇതിനോടകം സൃഷ്ടിച്ചു കഴിഞ്ഞിരുന്നു. എന്റെ ഏതൊരു അവസ്ഥയിലും എന്നെ വിട്ടു പിരിയാത്തൊരാൾ എന്ന നിലയിലേക്ക് എഴുത്ത് എന്നിൽ അലിഞ്ഞു ചേർന്നു. പല തരത്തിലുള്ള വെല്ലുവിളികളും കടന്ന് ഞങ്ങൾ ഇന്നും പ്രണയിക്കുന്നു. അവഗണിച്ചവരുടെ മുന്നിൽ ഞങ്ങൾ മനസ്സ് കൈമാറുന്നു. അതിൽ എന്നെയും എന്റെ എഴുത്തിനെയും ചേർത്ത് പിടിച്ചവരെ,ഉള്ളിൽ നിന്നും സ്നേഹിച്ചവരെ, ആത്മാർത്ഥമായി എന്നും എന്റെ ഹൃദയത്തിന്റെ അകത്താളിൽ സൂക്ഷിച്ചു വെക്കുന്നു. ഇനി എന്നും എന്റെ എഴുത്തും, ഞാനും തമ്മിൽ ദൃഢമായ ഒരു പ്രണയം കാത്തുസൂക്ഷിക്കും. ഒരിക്കലും പാടി തീരാത്ത ഒരു പ്രണയ കാവ്യം പോലെ ഞാനും എന്റെയീ അക്ഷരങ്ങളും നമ്മളിലൂടെ ജീവിക്കട്ടെ.

മുഖവുര

മനുഷ്യമനസ്സിന്റെ തുറന്നെഴുത്ത്. അക്ഷരങ്ങൾ എന്നെ മാടി വിളിക്കുമ്പോൾ, അവയെ ഒട്ടും നിരാശപ്പെടുത്താതെ വരികൾ ആക്കി ഞാൻ കുറിച്ചിട്ടു. വൈവിധ്യമാർന്ന വികാര വിചാരങ്ങളെ അക്ഷരങ്ങളുടെ തിളക്കത്തോടെ ഇവിടെ മുന്നോട്ടു വെക്കുന്നു. എന്റെ ഓരോ വരികളും ഞാൻ തന്നെ ആണ്. എന്റെ മനസ്സ് തന്നെ ആണ്. എന്റെ തുറന്നെഴുത്താണ്. ചില തുറന്നു പറച്ചിലുകളാണ്. രാവിലൊരു ചില്ലയിൽ എനിക്കായി പാടിയതും, ഇനി പാടാൻ ഇരിക്കുന്നതും ആയ നിലാപക്ഷിയുടെ ഗാനങ്ങളാണ് ഈ എളിയ പുസ്തകം.

എഴുത്ത് എന്ന എന്റെ ഉള്ളിലെ കഴിവിനെ ഞാൻ തിരിച്ചറിയുന്നത് എന്റെ ബാല്യകാലത്താണ്. അതും തികച്ചും യാദൃച്ഛരികമായി. പിന്നീട് എന്റെ സ്കൂൾ കാലവും അധ്യാപകരും മാതാപിതാക്കളും കൂട്ടുകാരും ഏറെ പ്രചോദനം ആയി. എന്നാലും എന്റെ എഴുത്തിനെ ഞാൻ ആരെയും കാണിച്ചിരുന്നില്ല. പിന്നീട് എപ്പോഴോ മറച്ചു വെക്കാൻ ഉള്ളതല്ല, പ്രകടിപ്പിക്കാൻ ഉള്ളതാണ് എഴുത്തുകൾ എന്ന് ഞാൻ മനസ്സിലാക്കി. ആ തിരിച്ചറിവ് ഇന്ന് ഈ പുസ്തകത്തിന്റെ രൂപത്തിൽ പിറവി എടുത്തു.

എന്റെ പതിനെട്ടാം വയസ്സിൽ മഹാകവി വെണ്ണിക്കുളം ഗോപാലക്കുറുപ്പ് സ്മാരക പുരസ്കാരം എന്നിലേക്ക് എത്തി. അതിനു കാരണമായ കവിതയും അതിനു പിന്നിലെ അനുഭവവും ഞാൻ ഈ പുസ്തകത്തിൽ പ്രതിപാദിച്ചിട്ടുണ്ട്. അന്ന്, എന്റെ പ്രിയപ്പെട്ട എഴുത്തുകാരനും സ്നേഹനിധിയുമായ വയലാർ ശരത്ചന്ദ്ര വർമ, ഏറെ ആർദ്രത നിറഞ്ഞ വാക്കുകൾ എനിക്ക് നൽകി. അത് കൊണ്ട് തന്നെ, എന്റെ ഒരു ആദ്യ കൃതി ഇവിടെ പിറവി എടുക്കുമ്പോൾ അദ്ദേഹത്തിന്റെ വാക്കുകൾ ഈ പുസ്തകത്തോടൊപ്പം ലഭിക്കാൻ അത്രയായി ഞാൻ ആഗ്രഹിച്ചു. അങ്ങനെ, അഴലിന്റെ ആഴങ്ങളിൽ നിന്നും, ചില്ലുജാലക വാതിലിൽ വന്നു, തുള്ളി മഞ്ഞിനുള്ളിലും,

കൊതി വിടർത്തിയ, ഏറെ വാത്സല്യം നിറഞ്ഞ, ഞാൻ കണ്ടതിൽ ഏറ്റവും നല്ല പുഞ്ചിരിയും എളിമയും നിറഞ്ഞ എന്റെ വയലാർ ഈ എളിയ പുസ്തകത്തിനു വേണ്ടിയും അദ്ദേഹത്തിന്റെ വാക്കുകൾ നൽകി. ഇത് എനിക്ക് സന്തോഷവും അതിനേക്കാൾ ഉപരി ഒരു പാഠവും വിശാലമായ ഒരു ലോകത്തേക്കുള്ള എന്റെ ചെറിയ ചുവടുവെപ്പും ആയി.

ഇന്ന് ഓരോ യാത്രകളും കാഴ്ചകളും അനുഭവങ്ങളും ഞാൻ ഓരോ വരികളിലാക്കി സൂക്ഷിക്കുന്നു. ഒരു ചെറിയ വരി എങ്കിലും എഴുതുമ്പോൾ അതിൽ എത്ര മാത്രം ബുദ്ധിയും നിരീക്ഷണവും കാവ്യാത്മകതയും, എത്ര അളവിൽ, എങ്ങനെ ചേർക്കണം എന്ന് സൂക്ഷ്മം പഠിച്ചുകൊണ്ടിരിക്കുന്നു. പിന്നീട് എന്റെ വരികൾ ഹ്രസ്വ ചിത്രങ്ങളിലും മ്യൂസിക് ആൽബങ്ങളിലും ആയി നിറഞ്ഞു. ഇവയെല്ലാം എനിക്ക് ഉത്സാഹമായി മാറിക്കഴിഞ്ഞിരിക്കുന്നു. ഇനി ലോകത്ത് എവിടെ ചെന്നാലും എഴുത്ത് എന്നെ കൈവിടില്ല. കാരണം എന്റെ ഓരോ ചലനങ്ങളെയും വിചാരങ്ങളെയും എഴുതും ആയി അത്ര മാത്രം ഇട കലർത്തിയിരിക്കുന്നു. സന്തോഷത്തിൽ ആണെങ്കിലും ദുഃഖത്തിൽ ആണെങ്കിലും ആകുലതകളിൽ ആണെങ്കിലും അവയെ ഞാൻ വരകളും വരികളും ആക്കി. അത് വായിക്കുന്നവർ എനിക്ക് താങ്ങായി, എന്റെ ചിരികൾക്ക് കൂട്ടായി. ഇനിയും ആ ചിരികൾ എന്റെ കൂടെ ഉണ്ടാകട്ടെ. ഈ ചെറിയ എന്റെ തുടക്കം എത്രയും നന്നായി വായിക്കുന്നവരുടെ ഉള്ളിൽ എത്തട്ടെ. ഓരോ കവിതയുടെയും വികാരങ്ങൾ വായനക്കാരന്റെ ഉള്ളിലും എത്തട്ടെ. അങ്ങനെ എന്റെ സാഹിത്യവും സാഹിത്യരീതിയും സാഹിത്യ ലോകത്തോട് നീതി പുലർത്തട്ടെ. ആർക്കെങ്കിലും ഒരാൾക്ക് എങ്കിലും എന്നെങ്കിലും എങ്ങനെ എങ്കിലും ഇത് നന്മയും ഗുണവും വർഷിക്കട്ടെ.

ആശംസ

സ്വതന്ത്രമായി എഴുതുക, ആത്മ സന്തോഷത്തിനായി എഴുതുക, മതിയാവോളം എഴുതുക, മതിയായി എന്ന് തോന്നൽ ഉണ്ടാവാതിരിക്കട്ടെ. സ്വപ്നങ്ങൾക്ക് വേണ്ടി തൂലിക ചലിക്കട്ടെ. ആഗ്രഹങ്ങളെ വെട്ടിപ്പിടിക്കുവാൻ, പ്രതിഷേധിക്കുവാൻ, വികാരങ്ങളും വിചാരങ്ങളും അക്ഷരങ്ങളിലൂടെ പ്രതിഫലിക്കുവാൻ സാധിക്കട്ടെ.

രാവിലെ ഒരു നിലാപക്ഷി പാറി പറക്കട്ടെ. ആശംസകൾ തുടരുക ആളിപ്പടരുക...

പ്രിയപ്പെട്ട എഴുത്തുകാരി ആൻ മേരി ജേക്കബ്

അപ്പു വാഴക്കുന്നം

1. പ്രിയപ്പെട്ട സഖേ

പ്രിയപ്പെട്ട സഖേ,
എന്നുള്ളിൽ ഒരുപാട് വാക്കുകൾ
അലയിട്ട് പൊങ്ങുന്നു.
ഉള്ളിൽ
ഒരുപാട് ചിന്തകൾ
കത്തി ജ്വലിക്കുന്നു..
എങ്കിലും,
ചില നേരങ്ങളിൽ,
എന്റെ ചിന്തകൾ നിലയ്ക്കുന്നു..
എന്റെ ശബ്ദം ഇടറുന്നു..
കേൾക്കാൻ ആരുമില്ലാതാകുന്നു.
- പ്രിയമുള്ളവളെ,
നിനക്ക് മിണ്ടാതാകുന്നിടത്തു
നീ അടുത്ത ഗതി തേടുക..
നിന്റെ വാക്ക് നിൽക്കുന്നിടത്തു
നിന്റെ തൂലിക ചലിപ്പിക്കുക..
നിന്റെ ചിന്തകളെ വിടർത്തുക..
നിന്റെ അതിർത്തികളെ
നീ തന്നെ വിശാലമാക്കുക..
കേൾക്കാൻ മനസ്സുള്ള,
മനുഷ്യരെ മനസ്സിലാക്കുന്നവർ,
നീ വിളിക്കാതെ
നിന്നെ തേടി വന്നിരിക്കും.
ഇപ്പോൾ ഇതാ..
ഞാൻ നിന്നരികിൽ ഉള്ളപ്പോലെ..

നീ ചിന്തിക്കുന്നിടത്തു നീ എഴുതി തുടങ്ങുക..
ഈ ഭുവനം ഏറെ വിശാലമാണ്
നീ ചോദ്യങ്ങൾ ചോദിക്കുക..
നമുക്ക് ഒന്നിച്ചു നമ്മുടെ
ഉത്തരങ്ങൾ കണ്ടുപിടിക്കാം.
.....മെല്ലെ ഞാൻ മിഴിയടച്ചു
എന്നിൽ ഉള്ളോരെന്നെ തിരഞ്ഞു
പയ്യെ പകർത്തി
എന്റെ മനസിന്റെ ഭാഷയാൽ..

2. ഗുരുസ്മൃതി

മഹാകവി വെണ്ണിക്കുളം ഗോപാലക്കുറുപ്പ് സ്മാരക പുരസ്കാരവും, യുവപ്രതിഭ സാഹിത്യ പുരസ്കാരവും എന്നിലേക്ക് എത്തിച്ച എന്റെ കവിത.

എന്നും ഒരു പ്രത്യേക സ്നേഹവും വാത്സല്യവുമാണ് ഈ കവിതയോട് എനിക്ക് തോന്നിയിട്ടുള്ളത്. ഞാൻ ഏഴാം ക്ലാസ്സിൽ പഠിക്കുമ്പോൾ.. ഏകദേശം 10 വർഷങ്ങൾക്ക് മുൻപ്, ഒരു വൃദ്ധസദനത്തിൽ ചെല്ലുകയയും കുറെ പേരെ കാണുവാനും ഇടയായി. പതിയെ ഞാൻ അകത്തേക്ക് കയറിയപ്പോൾ ഒരു ചട്ടയും മുണ്ടും ഉടുത്ത അമ്മച്ചിയിലേക്ക് എന്റെ ശ്രദ്ധ തിരിഞ്ഞു. പണ്ട് മുതലേ പ്രായം ചെന്നവരോടും കുഞ്ഞുങ്ങളോടും ഉള്ള പ്രത്യേക സ്നേഹം ഉള്ളിൽ ഉണ്ടായതിനാലാകാം ആ അമ്മച്ചിയെ ഞാൻ വേഗം ശ്രദ്ധിച്ചത്. നിശബ്ദമായി ജനലിലൂടെ വെറുതെ നോക്കി ഇരിക്കുക ആയിരുന്നു ആ വൃദ്ധ.

എന്നെ കണ്ടപാടെ എന്നെ അരികിലേക്ക് വിളിച്ചു. ഞാൻ അല്പ്പ സംശയത്തോടെ അരികിലേക്ക് ചെന്നു. ഉടനെ എന്നെ കെട്ടി പിടിച്ചു 'എന്റെ മോൾ വന്നോ.. ഇത്ര നാൾ എവിടായിരുന്നു' എന്നൊക്കെ ചോദിച്ചു കുറെ ഉമ്മ തന്നു. എനിക്ക് ഒന്നും മനസിലായില്ല. ഉടനെ ആ സ്ഥാപനം നടത്തുന്നവർ വന്നു എന്നെ മാറ്റി. പിന്നീട് അറിഞ്ഞു... നല്ല ഒരു അധ്യാപിക ആയിരുന്ന ഈ അമ്മച്ചിയെ മക്കൾ ഇവിടെ കൊണ്ട് വിട്ടു.. സ്വത്തു വകകൾ എല്ലാം അവർ എടുത്തു. ഇപ്പോളും അവരെ കാത്തിരിക്കുക ആണ് ഈ വൃദ്ധ എന്നാ കാര്യം. ഓർമ്മക്കുറവ് അവരെ വല്ലാതെ അലട്ടിയിരുന്നു.. എന്നാലും കൊച്ചു മക്കളുടെ പ്രായം ഉള്ള എന്നെ കണ്ടപ്പോൾ അവർക്ക് വല്ലാതെ സന്തോഷം

ആയി.. തുരു തുരെ ഉമ്മകൾ നൽകി. തിരികെ അവിടെ നിന്ന് ഇറങ്ങാൻ നേരവും ഞാൻ അവരെ നോക്കി ഒന്ന് പുഞ്ചിരിച്ചു.. യാത്ര പറഞ്ഞു.. മടങ്ങി.. നിറഞ്ഞ, സന്തോഷമുള്ള കണ്ണുകളോടെ അവർ എന്നെ നോക്കി യാത്ര നൽകി.

വർഷം ഇത്ര ആയെങ്കിലും ഈ രംഗം ഒരിക്കലും എന്റെ ഉള്ളിൽ നിന്ന് മായുന്നില്ല. ഇനി മായുകയുമില്ല.അത്രക്ക് സ്നേഹം ഉണ്ടായിരുന്നു അന്ന് അവർ എനിക്ക് തന്ന ഉമ്മകൾക്ക് .പിന്നീട് ഞാൻ ഇത് എന്റെ വരികൾ ആക്കി. നവോദയയിലെ പ്രിയ സുഹൃത്ത് അത് പാടി. മറ്റു കൂട്ടുകാർ ഇതിനു കേൾക്കാൻ ചെവിയോർത്തു . ഇത് കേട്ട എന്റെ അധ്യാപകർ പ്രത്യേക സന്തോഷം അറിയിച്ചു. എല്ലാവരും ഹൃദയത്തോട് ചേർത്ത് പിടിച്ചു ഈ വരികൾ.

പിന്നീട് എന്റെ അവാർഡ് ദാന ചടങ്ങിൽ ഈ കവിത വിലയിരുത്തിയ വിധികർത്താക്കൾ പ്രത്യേകം കുറിച്ചു : 'ഇത് ഒരിക്കൽ എങ്കിലും നേരിട്ട് കണ്ട അനുഭവം ആയിരിക്കണം.. അത് ഓരോ വരിയിലും പ്രതിഫലിച്ചിട്ടുണ്ട്.' അതെ. അത് സത്യം ആയിരുന്നു.ആ കണ്ടത് എന്റെ ഗുരുനാഥ ആയിരുന്നു എങ്കിൽ എന്തായിരിക്കും എന്റെ പ്രതികരണം എന്ന് ഞാനും ആലോചിച്ചു.മനസിന്റെ അടിത്തട്ടിൽ തട്ടിയ സംഭവത്തെ അത്ര മേൽ സ്നേഹത്തോടെ എഴുതിയ കവിത ആയിരുന്നു ഇത്.

❧❧❧

ബാല്യത്തിലെന്നോ ഞാനച്ഛന്റെ കൈപിടി-
ച്ചെത്തിയീ വിദ്യാലയം തന്നിലായ് .
കുതുകം നിറക്കുന്ന കാഴ്ചകൾ മറ്റുമേ
ചേലോടു ചേർന്ന് വന്നെത്തി മെല്ലേ.

മാനസവീണയിൻ തന്ത്രികൾ മീട്ടുമാ
മന്ദസ്മിതം ഞാൻ കണ്ടറിഞ്ഞേൻ.

അക്ഷര ലോകത്തിൽ എന്നെ പിച്ചവെച്ചു
എന്നും നടത്തിയാ തൃക്കരങ്ങൾ.

ജീവിത പാതയിൽ ഇടറുമ്പോഴും, എന്റെ
വീഴ്ചയിൽ നൊമ്പരം ഏറുമ്പോഴും,
ഇളം തെന്നലായ് ഹൃത്തിലേക്കെത്തുവാൻ
ദൂരവും വേഗവും നാമമാത്രം.

പുഞ്ചിരി തൂകി,വാത്സല്യം ചൊരിഞ്ഞെന്റെ
ഹൃത്തിന്റെ പാത തെളിക്കുമ്പോഴും,
കൈതണ്ടയിൽ വീണ ചൂരലിൻ വേദന
മായാതെ ഇന്നും നിന്നിടുന്നു.

കാലം കഴിഞ്ഞിതാ കണ്ടുമുട്ടി,എന്റെ
ജ്ഞാനത്തിൻ ക്ഷേത്രത്തെ ഒന്നുകൂടി.
വിറയ്ക്കുന്ന കൈകളാൽ കണ്ണീർ തുടച്ചു
കൊണ്ടാ വൃദ്ധസദനത്തിൻ പൂമുഖത്തിൽ.

ആയിരം ജന്മങ്ങൾക്കക്ഷരം നൽകിയ
ജ്ഞാനത്തിൻ നിറകുടം ആണെങ്കിലും ...
സ്വന്തം മക്കൾ അതൊന്നുമേ കണ്ടില്ല ....
കണ്ടതോ ... അച്ഛരന്റെ സമ്പാദ്യമേ .... !!!

ചോദിച്ചു മെല്ലേ ഞാൻ .. " വന്നീടുമോ ..
എന്റെ വീട്ടിൽ പുതിയൊരു അംഗമായി?!"
പൊട്ടിക്കരഞ്ഞെന്നെ ചേർത്തുകൊണ്ടാ
വൃദ്ധൻ വിറയാർന്ന ശബ്ദത്തിൽ ചൊല്ലി മെല്ലെ .

അണയില്ല ഒരുനാളും മനസ്സിലെ തിരിനാളം

ഗുരു എന്ന സത്യത്തിൻ പൂർണതയിൽ .
അണയില്ല ഒരുനാളും മനസ്സിലെ തിരിനാളം
ഗുരു എന്ന സത്യത്തിൻ പൂർണതയിൽ

3. ചിരി

ചിരി;
അത് പനിനീർ പൂപോലെ
തുടുത്ത കുഞ്ഞിന്റെ കവിളിൽ
മൃദുവായി കാണപ്പെട്ടു,
ഒരു നിഷ്കളങ്കതയുടെ ചിരി.

ചിരി;
അത് വീണ്ടും ഒരു
നാണത്തിന്റെ മൂടുപടമണിഞ്ഞു
പുതു പെണ്ണിന്റെ കണ്ണിൽ കണ്ടു
പുതുമയിലേക്കുള്ള ഒരു ചിരി.

ചിരി;
നാടു കാക്കാൻ എന്ന വ്യാജേന
വീടുകയറി കാലു പിടിക്കുമ്പോഴും
ഇടവേളയോടെ അത് കാണപ്പെട്ടു,
കണ്ടുപഴകിയ ചില ചിരികൾ.

ചിരി;
തുറുങ്കിൽ അടക്കപ്പെട്ട
ബലഹീനയാം പ്രാവിന്റെ
ചിറകൊടിച്ച കഴുകനിലും കണ്ടു,
അർഹതയില്ലാത്ത ഒരു ചിരി.

ചിരി;

ആർത്തിപൂണ്ട മനുഷ്യൻ
ഒരുവനെ കവരുമ്പോഴും
നിഴലിട്ട് വന്നിരുന്നു ഒരു
ചതിവിന്റെ ചിരി.

ചിരി;
പെണ്ണിന്റെ മേലെ
മതിയോളം ഭ്രാന്ത് തീർക്കുമ്പോഴും,
ജീവശവം ആയവൾ കണ്ടതൊരു
തീരാത്ത ദാഹത്തിൻ ചിരി.

ചിരി;
ജീവിതത്തിന്റെ യാത്രയിൽ
നാനാ ദിക്കിൽ എഴുതുന്നൊരെൻ
എഴുത്തുകാരന്റെ ആവേശത്തിലും
ഞാൻ കണ്ടതൊരു ചിരി.

ചിരി;
ചിരി തന്നെ പലതായി,
ഭാവമായി നിറഞ്ഞാടുമ്പോഴും,
ഞാനീ തൂലിക ചലിപ്പിക്കുമ്പോഴും,
എന്നിൽ പ്രകടമിതൊരു ചിരി.

ചിരി;
അത് പനിനീർ പൂപോലെ
തുടുത്ത കുഞ്ഞിന്റെ കവിളിൽ
മൃദുവായി കാണപ്പെട്ടു,
ഒരു നിഷ്കളങ്കതയുടെ ചിരി.

ചിരി;
അത് വീണ്ടും ഒരു
നാണത്തിന്റെ മൂടുപടമണിഞ്ഞു
പുതു പെണ്ണിന്റെ കണ്ണിൽ കണ്ടു
പുതുമയിലേക്കുള്ള ഒരു ചിരി.

ചിരി;
നാടു കാക്കാൻ എന്ന വ്യാജേന
വീടുകയറി കാലു പിടിക്കുമ്പോഴും
ഇടവേളയോടെ അത് കാണപ്പെട്ടു,
കണ്ടുപഴകിയ ചില ചിരികൾ.

ചിരി;
തുറുങ്കിൽ അടക്കപ്പെട്ട
ബലഹീനയാം പ്രാവിന്റെ
ചിറകൊടിച്ച കഴുകനിലും കണ്ടു,
അർഹതയില്ലാത്ത ഒരു ചിരി.

ചിരി;
ആർത്തിപൂണ്ട മനുഷ്യൻ
ഒരുവനെ കവരുമ്പോഴും
നിഴലിട്ട് വന്നിരുന്നു ഒരു
ചതിവിന്റെ ചിരി.

ചിരി;
പെണ്ണിന്റെ മേലെ
മതിയോളം ഭ്രാന്ത് തീർക്കുമ്പോഴും,
ജീവശവം ആയവൾ കണ്ടതൊരു

തീരാത്ത ദാഹത്തിൻ ചിരി.

ചിരി;
ജീവിതത്തിന്റെ യാത്രയിൽ
നാനാ ദിക്കിൽ എഴുതുന്നൊരെൻ
എഴുത്തുകാരന്റെ ആവേശത്തിലും
ഞാൻ കണ്ടതൊരു ചിരി.

ചിരി;
ചിരി തന്നെ പലതായി,
ഭാവമായി നിറഞ്ഞാടുമ്പോഴും,
ഞാനീ തൂലിക ചലിപ്പിക്കുമ്പോഴും,
എന്നിൽ പ്രകടമിതൊരു ചിരി.

4. ഞാനും എന്റെയീ ചിരിയും.

വിടപറയലിനുള്ള എന്റെ നാഴിക
ഓരോ നിമിഷവും അടുത്ത് വരുന്നു.
എങ്കിലും,
ഇന്നെനിക്കറിയാം,
അതിന്റെ ഏറ്റവും വലിയ ഭാവത്തെ
ആഴത്തിൽ തിരിച്ചറിയാൻ,
ഞാനും,
എന്റെയീ അകമഴിഞ്ഞ ചിരിയും,
മാത്രമാണെന്നത്.
എന്നും കൂടെ ഉണ്ടെന്ന്
ഞാൻ അഹങ്കരിച്ചു വിശ്വസിച്ച
എന്റെ സ്വന്തം നിഴലും
ഏതോ കാരണത്താൽ
എന്നെ വിട്ടകന്നു.
ഇനി ഞാനും,
എന്റെ ചിരിയും,
ചിരി മായും വരെ
എന്നും കൂട്ട് നിൽക്കും.

5. നിഴൽ

മണ്ണായ് പിറന്നിതാ
പൂവായ് വിരിയാൻ കൊതിച്ചു.
പൂമ്പാറ്റ ആകാൻ കൊതിച്ചു
പിന്നെ, മഴയായ് പെയ്യാൻ നിനച്ചു.

മഴയെക്കാൾ ശക്തൻ കാറ്റെന്നറിഞ്ഞൂ;
കാറ്റായി വീശാൻ കൊതിച്ചു.
പിന്നെ തണലായി മാറാൻ നിനച്ചു
നിഴലായി മാറി നീ എന്തിനോ.

പിടികിട്ടാത്തൊരാൾ, ആർക്കുമേ
പിടികൊടുക്കാത്തൊരാൾ.
അതാണ് നിഴൽ...കടലാസിന്റെ
ഘനം പോലുമില്ലാത്തവൻ...നിഴൽ.

നിറഞ്ഞു നിൽക്കുന്നവൻ
ഉള്ളിൽ ചിരി തൂകുന്നവൻ
ചിലപ്പോൾ ദയനീയമായി നോക്കുന്നവൻ
ആരുമറിയാതെ തേങ്ങുന്നവൻ.

ഒരുമൂലയിലടങ്ങിയിരിക്കാത്തവൻ
പുതിയ വിഹായസ്സ് അന്വേഷിക്കുന്നവൻ
മനസ്സിൽ പ്രതിഷ്ഠയായവൻ
ഉള്ളിലൊരു ചെറുപുഞ്ചിരിയുള്ളവൻ.

പ്രിയ സുഹൃത്തേ!!
നീയെന്നും നിഴലായി മാറിയൊ?
ആരിലും നീയെന്ന പുഞ്ചിരി മായില്ല
തങ്ങി നിൽപൂ നീ എന്ന വാൽസല്യം.

മണ്ണായ് പിറന്ന നീ
മണ്ണായി തിരികെ പോം
"ഏവനുമൊരുപോൽ മരണം
നുകരണം"- ഇതെത്ര സത്യം!!!

കാലം മുൻപേ വിളികൂട്ടുമ്പോൾ
ദൈവം നിനക്കൊരുക്കിയ പറുദീസയിൽ
നീ ബാക്കിവെച്ച നിഴലായി ഒതുങ്ങി
യാത്രയാകുന്നുവോ എൻ സ്നേഹിതാ..

അല്പം കണ്ണുനീരല്ലാതെന്തുണ്ട്
കൂടെ പ്രാർത്ഥനയും നിനക്കേക്കാൻ.
നിഴലായി എന്നുമെൻ ഓർമയിൽ
നിൽപ്പൂ നിന്റെ ചിരിയും വാക്കുകളും.

മണ്ണായി പിറന്ന നിൻ നെറുകയിൽ അന്ന്
ചുടുച്ചൂടോടെ നിൻ അമ്മ.. 'ഉമ്മ' തന്നു..
ഇന്ന്, നിന്നെ യാത്രയാക്കുമ്പോൾ
ഒരായിരം ഉമ്മ പോര എന്ന് അമ്മ കണ്ടു.

ശകാരിക്കാനായി ഞാനില്ലന്നച്ഛൻ
കരയാതെ കരഞ്ഞു പറഞ്ഞു
കൂടെ കളിക്കുവാൻ വഴക്കിടാൻ

തിരികെ വരില്ലേ നീ എന്നനുജനും..

തിരികെ മണ്ണോടു ചേരുമ്പോൾ,
തൂവെള്ള നിന്നെ പുതയുമ്പോൾ,
സ്നേഹിതാ നിന്നോർമ്മകൾ മാത്രം
സൂക്ഷിച്ചുവെച്ചിടാം നിൻ പുഞ്ചിരി മാറ്റാതെ..

നിഴലായി മാറിയൊരെൻ സ്നേഹിതാ..
"പോകുക സമാധാനത്തോടെ" പറുദീസയിൽ..
ഓർമ്മതൻ പുൽകൂട്ടിൽ ഞാൻ തീർത്തിടാം നിനക്കായ്...
സ്നേഹത്തിൻ പൊൻതാരകം.

6. കറുപ്പ്

ദുഃഖത്തിന്റെ പേമാരി പെയ്തിറങ്ങുമ്പോൾ,
മാനത്തെ മറച്ച മഴക്കാറ്
കറുപ്പായിരുന്നു.

ചന്ദ്രൻ തിളങ്ങി നിൽക്കുമ്പോൾ,അതിന്റെ
ശോഭ എടുത്തുകാട്ടിയത് രാത്രിയുടെ
കറുപ്പായിരുന്നു.

ബലിച്ചോർ നൽകാൻ കാത്തപ്പോൾ
കൈകൊട്ടി വിളിച്ച കാകന്റെ നിറം
കറുപ്പായിരുന്നു.

എൻ കണ്ണ് കലങ്ങുമ്പോൾ പിടയുന്ന
നെഞ്ചോട് വന്ന അമ്മതൻ കൃഷ്ണമണി
കറുപ്പായിരുന്നു.

തിളയ്ക്കുന്ന ചോര നിറഞ്ഞൊരീ
യുവത്വത്തിൻ തലനാരിഴയും
കറുപ്പായിരുന്നു.

കൂടെനിന്നവർ പരഹസിച്ച നേരം കരഞ്ഞു
തളർന്നോരെൻ സുഹൃത്തിന്റെ നിറവും
കറുപ്പായിരുന്നു.

കരുത്തുറ്റ പെണ്ണവൾ ഏത് നേരവും

"""

സ്നേഹത്താൽ ചാലിച്ച പൊട്ടും, കണ്മഷിയും
കറുപ്പായിരുന്നു.

അന്ത്യചുംബനം നൽകാൻ എന്നരികിൽ
വന്നവരണിഞ്ഞ ബാഡ്ജിൽ ഞാനും കണ്ടതും
കറുപ്പായിരുന്നു.

അവസാനം ഞാൻ തെളിച്ച തേരിൽ
യാത്രയാവാൻ നേരം എൻ മനവും
കറുപ്പായിരുന്നു.

7. ലഹരി

എനിക്ക് എഴുതാൻ ഒരു
ലഹരി വേണമായിരുന്നു.

കയ്പിലും ഉന്മാദം നൽകുന്ന മദ്യം
ചിലർക്ക് ലഹരി ആയപോലെ.

പുകച്ചുരുൾ ചുണ്ടിൽ തിരുകുമ്പോൾ
ചിലർക്കു ഓർമ്മകൾ തെകിട്ടുന്നപോലെ.

യാത്രകൾ സ്വപ്നങ്ങളാകുമ്പോൾ
അതിന്റെ കാറ്റു ലഹരിയാകുംപോലെ..

മനസ്സ് വിങ്ങുമ്പോൾ ഓർമയിലെ ചില
ഗാനങ്ങൾ ലഹരിയാകുന്നപോലെ..

പച്ചപ്പ് പുതച്ച മൂകയാം കുന്നിന്
മൂടൽമഞ്ഞു ലഹരിയായപോലെ..

ആരോ പടച്ചുവെച്ച യാമത്തിൽ
നാം പരസ്പരം ലഹരിയായപോലെ..

നിന്റെ ഓരോ ചുംബനങ്ങളും
എന്നാത്മാവിൽ ലഹരിയാകുംപോലെ..

അതിന്റെ ഓരോ ഗദ്ഗദങ്ങളുടെയും
ലഹരിയിൽ ഞാൻ ഇതാ..

എന്റെ ഓരോ വരികളിലും
നിന്നെ തന്നെ ചേർത്ത് വെക്കുന്നു..

നീ തന്നെ എന്റെ ലഹരിയായി
ഞാൻ ആ ലഹരിയിൽ ഇതാ..

എന്റെ ഓരോ വരികളിലും
നിന്നെ തന്നെ ചേർത്ത് വെക്കുന്നു..

8. ചിരി മറന്ന (നിറഞ്ഞ) കവിത

ചിരി മറന്ന മനുഷ്യർ
കരി നിറഞ്ഞ ലോകം.

കറ മറന്ന ഭൂമി
മറ നിറഞ്ഞ ഉള്ള് .

മതം മറന്ന സ്നേഹം
മദം നിറഞ്ഞ മനസ്സ്.

കളം മറന്ന കളികൾ
തളം നിറഞ്ഞ അകമേ.

വഴി മറന്ന യാത്ര
കുഴി നിറഞ്ഞ ചുവട്..

പഥം മറന്ന ഭൂമിയിൽ
പത നിറഞ്ഞ മനുജർ.

പശി മറന്ന വയറ്
വാശി നിറഞ്ഞ കൂട്ടം.

സകലം മറന്ന രാവുകൾ
അകലം നിറഞ്ഞ ബന്ധം.

കനൽ മറന്ന എൻ മനമേ
കനവ് നിറഞ്ഞ എൻ കവിത .

9. ഒരു ട്രെയിൻ യാത്രയുടെ ഓർമ്മയ്ക്ക്..

ഒരു ട്രെയിൻ യാത്രയിൽ വളരെ യാദൃശ്ചികമായി കുറച്ചു പേരെ കണ്ടു. ചെവി കേൾക്കാത്ത, സംസാരിക്കാൻ കഴിയാത്ത, കുറച്ചു പേർ. അവർ എവിടോ പോയ് വരികയായിരുന്നു. ആദ്യം ഇവർ ആംഗ്യം കാണിച്ചു സംസാരിച്ചപ്പോൾ വളരെ അപരിചിതമായി എനിക്ക് തോന്നി. പിന്നീട് ആണ് കാര്യങ്ങൾ മനസിലായത്. അവർ ഉണ്ടായിരുന്ന സമയം മുഴുവൻ ആ കമ്പാർട്മെന്റ് സന്തോഷം കൊണ്ട് നിറഞ്ഞിരുന്നു. ഡാൻസ് കളിച്ചും, തമാശകൾ പങ്കു വെച്ചും എല്ലാം അവർ സമയം ചിലവഴിച്ചു. അവിടുണ്ടായിരുന്ന മറ്റു യാത്രക്കാരും അവരുടെ സന്തോഷത്തെ നോക്കി കണ്ടു അവരോടൊപ്പം പങ്കു ചേർന്നു. തൊട്ട് അടുത്തുള്ളവന്റെ ഉള്ളു ഒന്ന് കാണാൻ പറ്റാത്ത ഈ ലോകത്ത് ഈ അനുഭവം എനിക്കൊരു പാഠം ആയിരുന്നു.. എത്ര പരിമിതിയെയും അവർ അതിജീവിച്ചു സന്തോഷം കണ്ടെത്തി എല്ലാവരെയും ചേർത്ത് പിടിച്ചു.

കാണാൻ കണ്ണുകളുള്ളവർ
കാണമതില്ലേ അകമേ വിരിയും ചിരികൾ.
കേൾക്കാൻ കാതുള്ള മനുജർ
കേൾപ്പതില്ലേ മനസിന്റെ താളങ്ങൾ.

കൈ തന്നു നിന്നവർ ദൂരെ മാഞ്ഞു പോം.
ഏകയായി നിന്നെന്റെ നിഴലും മറഞ്ഞുപോം.
നിനയ്ക്കാത്ത നേരം ഒരു ട്രെയിൻ കമ്പാർട്മെന്റിൽ,

ചാരെ വന്നൊരു നാൾ ചിരി നിറഞ്ഞൊരു കൂട്ടം മനസുകൾ.

അന്ന് ഞാൻ കണ്ടതെൻ ഹൃത്തിനെ
മഞ്ഞു പോൽ ഉരുകാൻ തുനിച്ചു.
വിങ്ങലാൽ പുകയുന്ന അകമേ
ചിന്തതൻ നാളങ്ങൾ കോരി നിറച്ചു.

ഒരു സായാഹ്ന നേരത്തു എൻ ചാരെ
ചിരിമേളങ്ങൾ കൊളുത്തി വന്നു നിന്നവർ.
എവിടെ നിന്നെന്നോ എന്തിനെന്നോ
അറിയാതെ അവരെ ഞാൻ കണ്ടുനിന്നുപോയ്.

അത്ഭുതം പേറി നിന്നു ഞാൻ ആദ്യമായ്
പിന്നീടെപ്പോഴോ ഞാൻ പയ്യെ അറിഞ്ഞു
വായുള്ളോരീ കൂട്ടിൽ അതില്ലാതെ
പോയൊർ ഇവരെന്ന സത്യം.

കാതുള്ളവർ കേൾക്കാത്ത ഈണങ്ങൾ
ചിരിയുടെ കൊഞ്ചലോടവർ കേട്ടു.
വാ കൊണ്ട് മൂളാൻ കഴിയാത്ത രാഗങ്ങൾ
മനസിന്റെ താളത്തിൽ അവർ മൂളിനിന്നു.

മൂകമായ് നിന്നോരാ സായം സന്ധ്യയും
അവരുടെ ചിരികളിൽ കൂടെ നിന്നു.
ആ നിറമുള്ള വേളക്ക് മാറ്റു കൂട്ടാൻ
മാനം കുങ്കുമ നിറം പൂശി നിന്നു.

കാതുള്ളവർ കേൾക്കാത്ത ആഹ്ലാദം
ഇവരുടെ കാതിൽ പ്രതിധ്വനിപ്പൂ.

വായ്കൊണ്ട് പാടാത്ത സ്നേഹത്തിൻ രാഗം
ഇവരുടെ ചുണ്ടുകളിൽ നിറഞ്ഞു നിൽപ്പൂ.

ഇന്നുമെൻ ചിന്തയിൽ തങ്ങി നിൽക്കുന്നിതാ
അവർ അന്നെനിക്ക് നൽകിയ പാടവം.
പുറമെ ചിരിക്കുന്ന ഇടുങ്ങിയ ലോകത്ത്
അകമേ ചിരിക്കുന്ന ഇവർ തൻ സ്നേഹം.

10. അവൾ

അവൾ,
സുന്ദരമൊരു ബാല്യം
വിരിയുന്ന ചെറുപുഷ്പം..
ഉയരങ്ങൾ കൊതിച്ചവൾ..
ചിറകുവീശി പറക്കാൻ
നൃത്തമാടാൻ...
ചെങ്ങായിമാർക്കൊപ്പം നടക്കാൻ....

പണ്ട്,
അച്ഛരന്റെ കൈപിടിച്ച്
മുറ്റത്തെ പൂക്കളെ സ്നേഹിച്ചു
മുക്കുറ്റി പൂവിനാൽ കമ്മൽ ഉണ്ടാക്കി
നാട്ടുപച്ച വരമ്പിലൂടെ കൊലുസു കിലുക്കി
കുറുമ്പ് കാട്ടി ഓടിക്കളിച്ചിരുന്നവൾ...

കാറ്റിൽ,
അപ്പൂപ്പൻതാടി പറത്തി.. .
കണ്ണിമാങ്ങ എറിഞ്ഞുവീഴ്ത്തി
കുഞ്ഞിചിറകിനായി ആശിച്ച്
മഴവില്ലു വിരിയുമ്പോൾ ചിരി വിരിയിച്ച്
മണ്ണപ്പം ചുട്ടു കളിച്ച് നടന്നവൾ.

പക്ഷെ,
ചെകുത്താന്റെ കണ്ണുകൾ,
അതിൽ എരിയുന്ന ആസക്തി,

ഉള്ളിൽ വെന്തുപൊങ്ങുന്ന മറ്റെന്തോ,
ഈ കുരുന്നുബാല്യത്തെ തച്ചുടച്ചു,
അടങ്ങാത്ത വിള്ളലുണ്ടാക്കാൻ പാഞ്ഞടുത്തു.

എന്തിനോ,
ഭയങ്കരമാം ഇരുളിൽ, ഇവളെ
ശക്തമാം കരങ്ങളാൽ വലിഞ്ഞു.
നിലവിളിക്കുപോലും വിലയില്ലാതാക്കി,
പിഞ്ചുബാല്യത്തെ കീറിമുറിക്കാൻ
പിശാചിന്റെ അരുമയാം സന്തതി..
ഇവളെ.. കൊല്ലാതെ കൊന്നു...

തേങ്ങുന്നു,
സുന്ദരമൊരു ബാല്യം
വിരിയാഞ്ഞ ചെറുപുഷ്പം
വിരിയാൻ അവസരം കൊടുക്കാതെ
കൂട്ടിലായ തന്റെ മാടപ്രാവുപോൽ
നീലിമയിൽ ഒരു വിണ്ടുകീറലായ്.

ഇനിയും,
പൂക്കളെ സ്നേഹിക്കാൻ
കുഞ്ഞിക്കൊലുസു കിലുക്കാൻ,
കുസൃതികാട്ടി ചിരിച്ചു നടന്നിടാൻ അവളില്ല....
എരിയുന്ന പ്രതികാരത്തിനായ്
ഇരുട്ടിന്റെ കോണിൽ
ഒരു ശില്പമായി പതിയിരിപ്പൂ.

11. ഹേ മരണമേ...

മരണമൊരു കവിതയാണ്
വിഷാദം നിറഞ്ഞ മധുരഗാനം.
മറ്റൊരുവിധ അലട്ടലുകൾക്കും
മരണം എന്നെ വിട്ടുകൊടുക്കില്ല.

എല്ലാവിധ നിരാശകളും, അന്ന്
സന്തോഷത്തോടെ വിട്ടകലും.
ഞാൻ നെയ്ത ചിന്തകൾ
എനിക്ക് ചുറ്റും പാറിക്കളിക്കും.

ശാന്തതയുടെ മൂടുപടം കൊണ്ട്
മരണം എന്നെ പൊതിയും.
പതിയെ പതിയെ,
അതിലേക്ക് ഞാൻ അലിയും.

"ഹേ മരണമേ, നിന്നെ ഞാൻ
പ്രണയിക്കുന്നു" എന്ന് പറയും വരെ
മരണത്തെ ഞാൻ അത്ര
ഏറെ ആസ്വദിച്ചിരിക്കും.

12. നിലാപക്ഷി

അന്നെന്റെ ഉള്ളിലെ മരതകചില്ലയിൽ
നീയെന്ന നിലാപക്ഷി കൂടുവെച്ചു;
മഴയേതുമറിയാതെ വെയിലിനുമറിയാതെ
തണലായും കൂട്ടായും നാമിരുപേർ.

വേടനുമില്ലാതെ ആർക്കുമേയില്ലാതെ
നാമിരുജീവനും ഒന്നുചേർന്നു ;
നിൻ മുനച്ചുണ്ടിലെ ചൂടോടുചേർന്ന് ഞാൻ
എൻ പ്രാണനെയും പകുത്തു തന്നു.

മഴവന്നു ഭൂമിയെ പ്രണയിച്ച നേരവും
ഞാനും നീയും പുണർന്നു നിന്നു;
പുതുമണ്ണു ചാലിച്ച ഗന്ധം പോലെ നിൻ
സ്നേഹം വിയർപ്പും അലിഞ്ഞുചേർന്നു.

നീ നിന്റെ പ്രാണനെ വെടിയുന്ന നേരവും
ഞാൻ എന്റെ ചില്ലയിൽ ചേർത്തുവെക്കും;
ഞാനെന്റെ പ്രാണനെ വെടിയും വരേയും
നിന്നെ ഞാനെന്നിൽ പൊതിഞ്ഞുവെക്കും.

ഒടുവിൽ നാം ഒന്നിച്ചു തെന്നലായ് വന്നിടാം
പ്രണയകാവ്യത്തിൻ വരികൾ മൂളാൻ;
ഞാനെന്ന നീയും, നീയെന്ന ഞാനുമേ
പ്രണയിച്ച കാവ്യത്തിൻ വരികൾ മൂളാൻ.

13. നോവ്

നോവ് എന്നെ ഇഷ്ടപെടുന്നു.
അതെന്നെ പുണരുന്നു.
കൂടെ കൂടെ ഞാൻ പ്രതീക്ഷിക്കാത്ത
നേരവും എന്നെ സ്മരിക്കുന്നു.
മറ്റെല്ലാം അകന്നു പോയാലും,
ആരൊക്കെ എന്നെ മറന്നാലും,
നോവ് എന്നെ തേടി വരുന്നു.
കൂടുതൽ എന്നെ വരിയുന്നു.
എന്നിട്ടും ഞാൻ അതിനെ
ഗൗനിക്കുന്നില്ല, എന്തുകൊണ്ടോ,
ഒരു പുഞ്ചിരി കൊണ്ട് ഞാൻ
അതിനെ അവഗണിക്കുന്നു.

എന്നിട്ടും നോവ് എന്നെ
വിടാതെ പിന്തുടരുന്നു.
എന്നെ പല വിധത്തിൽ
ശക്തമാക്കുന്നു.
ലോലമായോരൻ മനസ്സിനെ
കഠിനമാക്കാൻ സഹായിച്ചു.
ഇതിലും വലിയ നോവുകൾ
പല മനസുകളിലും ഉണ്ടെന്ന്
ഇടക്ക് ഇടക്ക് എന്നെ ഓർപ്പിച്ചു.
അതൊക്കെ എനിക്കു വരാൻ
ഇനിയും സമയം ഉണ്ടെന്നും

സ്നേഹത്തോടെ ഓർപ്പിച്ചു.

ഇപ്പോൾ നോവിനെ എനിക്ക്
വളരെ ഇഷ്ടമാണ്.
ഞാൻ പിടിവിട്ടാലും
ഞാൻ അവഗണിച്ചാലും
എന്റെ നിഴൽ പോലെ
എന്നും കൂടെ ഉണ്ടെന്നതിനാൽ,
നോവിനെ ഞാൻ
പ്രണയിക്കുന്നു;
പ്രണയിച്ചു ഞാൻ
എന്റെ നോവിനെ
കൊല്ലും വരെ.

14. ആത്മാനുരാഗം

തൊടിയിലേക്കെത്തുവാൻ അച്ഛന്റെ
കൈപിടിച്ചോടിക്കളിച്ചൊരു കാലം.
തൊടിയിലെ പച്ചകൾ പുഞ്ചിരി തൂകിയെൻ
കാൽകളെ പുൽകിയ കാലം.

ചെങ്കുമച്ചേറിന്റെ ഈർപ്പമെൻ പിഞ്ചിളം
കൈകളിൽ തൂകിയ നേരം.
മാരിതൻ മുത്തുകൾ പുൽനാമ്പിൻ തുമ്പിനെ
മുത്തമണിയിക്കും നേരം.

അതിലേക്കു നീങ്ങുവാൻ
എൻ കൈകൾ രണ്ടുമേ
പതിയെ നീങ്ങുന്ന നേരം.

സ്നേഹത്തിൻ കുളിർചില്ല എൻ
നനുവിനെ പുണരുന്ന യാമം.
മന്ത്രമായി ഒഴുകിയ പുണ്യത്തിൻ നന്മയിൽ
നാവിന്മേൽ ആത്മത്തിൻ രാഗം;
എൻ ആത്മാനുരാഗം.

15. തിരയും തീരവും

തിരയും തീരവും തമ്മിൽ പ്രണയം.
തീരത്തെ തൃപ്തിപ്പെടുത്താൻ
തിര തീരത്തെ പുണർന്നു.
വീണ്ടും പുണർന്നുകൊണ്ടേ ഇരുന്നു.
അവയിലെങ്ങും ഒതുങ്ങിയില്ല,
അവർ തമ്മിലെ പ്രണയം.
തിര എന്നും തീരത്തെ പുണരുന്നു.
എന്നിട്ടും തീരാത്ത സ്നേഹത്തിന്റെ
സുഗന്ധമുള്ള ഓർമയ്ക്കായ്.
പരസ്പരം അവർ കൈപിടിച്ച്
ചേർന്നു തീരുന്നു.
തീരത്തിന്റെ ഓരോ മൺതരികളിലും
തിരയുടെ ജലകണികകൾ അലിഞ്ഞു.
ഒന്നിച്ചു ചേരുവാൻ കൊതിച്ചു.
എന്നെന്നേക്കുമായി അത്
കഴിഞ്ഞെന്നു വന്നില്ലെങ്കിലും...
ഞാനും നീയും എന്ന പോലെ.....

16. ജീവിതം തുന്നിച്ചേർക്കുമ്പോൾ.

ഞാൻ ഒരു കവിത എഴുതിയിട്ട്
ഏറെ നാളായി, എന്ത് കൊണ്ടോ..
വേറിട്ട ജീവിതം കാണാതിരുന്നിട്ടോ?
അതല്ലെങ്കിൽ,
നേരിട്ട് ജീവിതം ഞാൻ
കണ്ടിട്ടും, കാണാഞ്ഞിട്ടോ?

ജീവിതം ആലോചനയുടെ ഗതിതേടി
ഏതോ വക്കിൽ എത്തി
നിന്നു ഞാൻ ഒരു നാൾ.
വഴിയരികെ ജീവിതം തുന്നുന്നൊരാളിലേക്ക്
എങ്ങനോ എന്റെ കണ്ണുടക്കി.

ആരുടെയെല്ലാമോ ചെരുപ്പുകൾ
വഴിയരികിൽ ഇരുന്നു
മെല്ലെ തുന്നിച്ചേർക്കുന്നൊരാൾ.
ഒപ്പം, തന്റെ ജീവിതവും.
പരാതികൾ ഒട്ടുമേ ഇല്ലാതെ
നേർത്ത പുഞ്ചിരിയോടെ.

ചെറിയൊരു കാര്യങ്ങൾക്കും
പരിഭവം മൊഴിയുന്നോരെൻ
ഹൃത്തടത്തിനു എന്നും ഒരു
അത്ഭുതമായി അയാൾ.

ലോലമായി നെയ്യുന്നൊരാ ജീവിതത്തെ
അതിലോലമായ് നോട്ടം നൽകാൻ
മാത്രമായ് എൻ മനം.

17. ത്രിസന്ധ്യ

ദിനം ഒന്നടങ്ങുന്നു,
ദിനം ഒന്നറിയുന്നു.
ദിനം ഒന്നെരിയുന്നു,
ദിനം ഒന്നൊടുങ്ങുന്നു.

വീണ്ടും മന്ദം ദിനം
കടലതിനെ പുൽകി,
കുങ്കുമം വിതറി
യാത്ര ചൊല്ലീടുന്നു.

ചക്രവാളവും ഭൂവും
മെല്ലെ മെല്ലെ ഒന്നായി,
പ്രണയിക്കുന്ന യാമത്തിൽ
മതിമറന്നു നിന്നുപോയി.

കരയും, പകലും,
യാത്ര ചൊല്ലീടവേ,
അവർ പരസ്പരം ചുംബിച്ച
മനോഹര യാമം എത്തി.

മോഹനവർണ്ണത്താൽ
അണിഞ്ഞൊരുങ്ങിയ യാമത്തെ
ത്രിസന്ധ്യ എന്ന് നാം വിളിച്ചു,
അത്രമേൽ പ്രണയാർദ്രമായി.

18. പടിയിറക്കം

പ്രണയമായിരുന്നു എനിക്ക് നിന്നോട്.
വളരെ കുറച്ചു നാൾ നാം ഒന്നിച്ചു.
നിന്നെ ഞാനും എന്നെ നീയും
വളരെ ആഴത്തിൽ അറിഞ്ഞിരുന്നു.
അതുകൊണ്ടാവും നിനക്ക് മടുക്കും മുൻപേ
ഒരു നോക്ക് നൽകാതെ
നിന്നിൽ നിന്നും ഞാൻ
പടിയിറങ്ങി പോകുന്നത്.

മഴ മണ്ണോടു ചേർന്നലിയുംപോലെ
ഞാൻ നിന്നോട് ചേർന്ന് നിന്നു.
നീ എന്നിൽ പെയ്തിറങ്ങി.
ഒപ്പമുള്ള ഓരോ നിമിഷവും
പുതിയ കാഴ്ചയ്ക്കായി
കണ്ണുകളെ പായിച്ചു.
ഏറെ ചിരികൾ സമ്മാനിച്ചു.
ഏറെ ഓർമകളെ ഉള്ളിൽ നിറച്ചു.

ഓരോ വഴിയിലൂടെയും ഞാൻ
നടന്നു പോകുമ്പോൾ
ഓരോ ചിത്രങ്ങളും
എനിക്ക് അനുഭവങ്ങൾ ആയിരുന്നു.
പിന്നീട് ഓർക്കാനും,
ഓർത്തോർത്തു ചിരിക്കാനും,
പുഞ്ചിരിയോടെ കണ്ണ് നിറയ്ക്കാനും.

നിന്നിലെ ഞാനും എന്നിലെ നീയും
പരസ്പരം നിശബ്ദം ആകുംവരെ
നല്ല ഒരു ഓർമയായി എന്നും നീ
ഒരു കോണിൽ ചേർന്നിരിക്കും.
നിന്നെ തേടി ആയിരുന്നു എന്റെ യാത്ര.
അവസാനം ഞാൻ നിന്നിലേക്ക് എത്തിച്ചേർന്നു.

മനോഹരമായ കുറെ പുഞ്ചിരികൾ,
നീ എനിക്ക് നൽകി.
അപ്പോളേക്കും നിന്നോട് യാത്ര
പറയേണ്ട സമയം എനിക്ക് അടുത്തിരുന്നു.
ഒരു വിരഹഗാനം പോലുമില്ലാതെ
നിന്നിൽ നിന്നും ഞാൻ പടിയിറങ്ങുന്നു.
പ്രണയമായിരുന്നു എനിക്ക് നിന്നോട്.

19. തീരം

ഓരോ തീരവും
ഓരോ ഓർമകളാണ്.
ഓരോ തിരമാലയും
ഓർമ്മത്താളുകളാണ്.

ചിലർക്ക് പ്രണയം,
ചിലർക്ക് വിരഹം,
മറ്റുചിലർക്ക് സൗഹൃദം,
ചിലർക്ക് ഏകാത പങ്കിടാൻ
വിശാലമായൊരു ഉറവിടം.

ചിലർക്ക് അമ്മ,
ചിലർക്ക് ദേവി.
ചിലർക്ക് ഒരു നിഗൂഢതയാണ്,
രഹസ്യങ്ങളെ ചൂഴ്ന്നെടുക്കാൻ
മനസ്സിനെ വല്ലാതെ അലട്ടുന്ന
ആഴമേറിയ നിഗൂഢത.

20. ഒരു യാത്ര, പല ചിരി

ഞാൻ ഒരു യാത്ര തുടങ്ങി.
പല മുഖങ്ങൾ കണ്ടു,
പല ഭാവങ്ങൾ കണ്ടു,
ചിരികൾ കണ്ടു.
അകമേ ചിരിക്കുന്നതിനേക്കാൾ
പുറത്തു ചിരിക്കുന്നവയായിരുന്നു
അവയിൽ കൂടുതലും.

അവ എന്റെ നിരാശയിൽ
കൂടെ നിൽക്കുന്നതല്ലായിരുന്നു.
മറിച്ചു എന്റെ നിറവുകളിൽ
നിഴലിട്ട് നിൽക്കുന്നവർ ആയിരുന്നു.
എന്റെ ഉള്ളിന്റെ അകത്തട്ടിലേക്ക്
ഞാനും മെല്ലെ ഒതുങ്ങി നിന്നു,
ആമ തോടിലേക്ക് തല വലിക്കും പോലെ.

അന്നെനിക്ക് മനസിലായി
എന്റെ നിരാശയിലും
എന്റെ നിറവിലും
ഒരുപോലെ എന്നും
ആരൊക്കെ എന്നെ
തിരക്കി വരുമെന്ന്.
ആ ചിരികൾ മതി
എന്നും എന്റെ യാത്രയിൽ
കൂടെ നിർത്താൻ.

21. പറയാതെ വെച്ചത്

വീണ്ടുമീ നറുപുഷ്പങ്ങൾ തൻ നടുവിലായി
നിൽപ്പൂ ഞാൻ നിൻ ഓർമ നിറച്ചിതാ
നിൻ ചിരിയിലെ മധുരം നുണഞ്ഞുകൊണ്ടെൻ
മനം മൗനമായ് ചാരെ.

എൻ കൈകളിൽ അറിയാതെ
വന്നുടഞ്ഞ നിൻ സ്പർശനം,
എന്നുള്ളിനെ തണുപ്പിച്ച ഈറൻ
തുള്ളിയോ?? അറിയീല്ല.

ചാരത്തു അണഞ്ഞു ഞാൻ
കാതോർത്തിരുന്നു ഞാൻ.
നിൻ സാമീപ്യം എൻ ഇടനെഞ്ചിൽ
സാന്ത്വനമായെന്നും നിറഞ്ഞിരുന്നു.

നീ നോക്കുമ്പോൾ ഞാൻ കണ്ടിരുന്നു.
മെല്ലെ, ഇടംകണ്ണിട്ട്, വെറുതെ
ഞാനെന്തേ നോക്കുന്നില്ലെന്ന സംശയമോടെ,
എന്തൊരു ഗൗരവം എന്ന ഭാവമോടെ.

നീ ചിരിക്കുമ്പോൾ ഞാൻ അറിഞ്ഞിരുന്നു
എന്നിൽ ചിരി വിരിയില്ലേ എന്ന
നിന്നിൽ അറിയാതുണർന്നിരുന്ന
ആർക്കുമേ തോന്നുന്നൊരാശങ്ക.

നിന്റെ നടപ്പിൽ എന്നുമേ നിഴലായ്,
കൂടെ വരാൻ ഞാൻ കൊതിച്ചിരുന്നു.
നിൻ വഴിയിൽ എന്നെയും കാത്തു
നീ നിന്നതും, ഞാൻ കണ്ടിരുന്നു.

മഴ പെയ്തിറങ്ങിയ നേരം,
അതിൻ കുളിരറിയാൻ നീ ചെന്ന നേരം
ഒരു കൂട്ടിനായി നിൻ ഈറൻ മുടിച്ചുരുളിൻ
ഭംഗി അറിയാൻ ഞാനും നിന്നിരുന്നു.

തനിച്ചാകുമ്പോൾ എന്നോട് മിണ്ടുവാൻ,
ഒന്ന് നോക്കുവാൻ, ഒന്ന് ചിരിക്കുവാൻ,
കാത്തുനിന്ന നിന്റെ ഓമൽ മുഖം
വെമ്പുന്നതും ഞാൻ കണ്ടിരുന്നു.

കാറ്റ് നിന്റെ മുടിയിഴകളെ തഴുകുമ്പോൾ,
നിന്റെ കൈ അത് പാകി മിനുക്കുമ്പോൾ,
അതിൽ പങ്കാളി ആകാൻ ഞാനും
കൊതിയോടെ നോക്കിനിന്നിരുന്നു.

സമയം അതിനവസരം നൽകട്ടെ എന്ന
തത്വവും പേറി ഞാൻ കാത്തിരുന്നു.
നിൻ കുസൃതികളെ, കൊഞ്ചലുകളെ,
ആരും അറിയാതെ നോക്കിനിന്നു.

നിൻ ചുണ്ടിൽ വിരിയുന്ന പുഞ്ചിരി,
നിൻ കണ്ണിൽ നിറയുന്ന കുസൃതി,
നിൻ വാക്കിൽ ഒഴുകുന്ന കൊഞ്ചൽ,

ഇതെല്ലാം ഞാൻ കണ്ടിരുന്നു.

ഓരോ നിമിഷവും എന്റെ വാക്കിനായ്
നീ കാതോർത്തിരുന്നത് ഞാനറിഞ്ഞു.
നിന്റെ കാത്തിരിപ്പിൻ സുഖം ഓരോ തുള്ളിയും,
എന്നിൽ പെയ്തിറങ്ങുന്നതും ഞാനറിഞ്ഞു.

എങ്കിലും നിൻ മുമ്പിൽ വെറുതെ
ഞാൻ മൗനം പാലിച്ചു നിന്നിരുന്നു.
സമയമാകട്ടെ എന്ന തത്വവും പേറി
നിന്നെ വീക്ഷിച്ചു നിന്നിരുന്നു.

എന്റെ ചങ്കിടിപ്പ് നീയാണെന്ന്
ഇന്ന് ഞാൻ തിരിച്ചറിയുന്നു.
നീയെന്റെ ചാരെ എന്നും ഉള്ളപ്പോൾ
അറിഞ്ഞീലാ അതിൻ സ്പന്ദനം.

പറയാതെ വെച്ച വാക്കുകൾ
എന്നിൽ പ്രതിധ്വനിക്കുന്നുവോ!!
എവിടെ തിരിഞ്ഞാലും നിൻ ഓർമ്മകൾ
കണ്മുന്നിൽ മായാതെ നിൽക്കുന്നുവോ!!

എൻ ചാരെ നീ ഉണ്ടെന്നു തോന്നുമ്പോൾ
ഒന്ന് തൊടാൻ എന്റെ കൈകൾ ചെന്നു.
എങ്കിലും അത് വെറും തോന്നൽ എന്ന
സത്യം എന്നെ വീണ്ടും തളർത്തുന്നു.

ഇന്നിതാ എന്നെ തനിച്ചാക്കി
അകലേക്ക് നീ എങ്ങോ യാത്രയായി.

ഇന്ന് ഞാൻ അറിയുന്നു നിൻ ശൂന്യത
എന്നുള്ളിൽ ഉളവാക്കിയ 'എന്തെല്ലാമോ '.

എന്തേ നീ എന്നെ വിട്ടയകന്നു?.. പറഞ്ഞീല
നീ എവിടേക്കു പോയെന്നറിയീല.
മഴയും നിശബ്ദമായ്, തെന്നൽ മന്ദമായി
പൂമ്പാറ്റകൾക്ക് കുറുമ്പും കുറഞ്ഞുപോയ്.

രാത്രിയിൽ ചിമ്മുന്ന താരകമായി
മേലെ ആകാശത്തു പൂത്തു നിന്നു നീ.
എന്നും നിനക്കായ് ഞാൻ
ഈ ഭൂവിൽ ഇമചിമ്മാതെ കാത്തിരിക്കും.

എങ്കിലും ഒരുനാൾ അവിടേക്ക് ഞാൻ
വരും, നമ്മൾ കണ്ടുമുട്ടും.
ഭൂമിയിൽ ഞാൻ പൂണ്ട മൗനത്തിൻ ചങ്ങല
അവിടെവെച്ചു ഞാൻ ഇല്ലാതാക്കും.

മേലെ... സ്വർഗത്തിൽ വെച്ച് ഞാൻ
നക്ഷത്ര മാലയൊരുക്കി, അവയെ
സാക്ഷിയാക്കി,നിന്നോട് മന്ത്രിക്കും:
"സ്നേഹമാണെനിക്ക് നിന്നോടൊരുപാട്. "

നീ ചാരെ ഉള്ളപ്പോൾ ഒന്നും മൊഴിഞ്ഞീല
ഇന്നിതാ ഞാൻ അതിനായ് വെമ്പൽ കൊള്ളുന്നു.
എന്നിലെ സ്നേഹം നിന്നോട് ചൊല്ലുവാൻ
നിന്നെ ചേർത്തൊന്നു പുണരുവാൻ.

നിന്റെ കണ്ണിൽ ഏറെനേരം നോക്കിനിൽക്കാൻ,

നിന്നെ മാറോടണക്കുവാൻ,
നിന്റെ മുടിയിഴകളെ കോതുവാൻ,
മെല്ലെ, നെറുകയിൽ മുത്തം നൽകുവാൻ.

നിൻ മറുപടിക്കായി കാത്തുനിൽക്കും ഞാൻ
അന്ന് നിൻ ഓമൽ കൈ പിടിച്ചു
ഞാൻ നോക്കിനിൽക്കും.
നിന്നിൽ വിരിയുന്ന പുഞ്ചിരി കാണുവാൻ.

നീ ഇപ്പോൾ ഈ പുഷ്പങ്ങൾക്കിടയിൽ
ഒരു മാലാഖയായി മാറുന്നുവോ?? !!
എങ്കിലും നീയെന്നും മനോഹരി
ഭൂമിയിലും, അങ്ങ് സ്വർഗ്ഗത്തിലും.

വീണ്ടുമീ നറുപുഷ്പങ്ങൾ തൻ നടുവിലായി
നിൽപ്പൂ ഞാൻ നിൻ ഓർമ നിറച്ചിതാ.
നിൻ ചിരിയിലെ മധുരം നുണഞ്ഞുകൊണ്ടെൻ
മനം മൗനമായ് നിൽപ്പൂ ചാരെ.

22. ഒടുക്കം...

നാമെല്ലാം ഒറ്റയ്ക്കാകും

സമാധാനം തേടി നടക്കും,

അതില്ലാതെ ഒടുവിൽ അലയും.

ലഹരിയിലേപോൽ മത്ത് പിടിച്ചോടും

അല്പ സമാധാനത്തിനായി.

ഏറെ പ്രിയപ്പെട്ടവർ എന്ന്

നാം എന്നോ പേർ ചൊല്ലിയവർ

നമ്മെ വിധിയെഴുതും.. എന്തിനോ..

അത്രമേൽ നാം ചേർത്തവർ

വെറുക്കപ്പെട്ടവർ ആകും.

പുറമെ ചിരിക്കും മനുഷ്യർ;

അകമേ കരയും മനോഹരമായി..

ബന്ധങ്ങൾ പൊലിയും അതിവേഗം,

മൃദുവായി എത്ര നിന്നീടിലും..

ഒട്ടുമേ ഒക്കാതാകുമ്പോൾ

അറിയാതെ അലറിടും.

അന്ന് മൂടിയിട്ടുകൊണ്ടിരുന്ന

പലതും വെളിവാകും, തനിയെ.

അവ കണ്ണ് നിറയ്ക്കുമെങ്കിലും

പയ്യെ മനസ്സിലാക്കണം ചിലതെല്ലാം.

ഒടുക്കം നാം തനിച്ചാണ്

നിഴൽ പോലും ഒരു നിമിഷം

ഇരുട്ടിലേക്ക് ആക്കി ഒളിച്ചോടും.

നിനക്ക് നീയേ ഒള്ളു

നിന്റെ ആത്മാവേ ഒള്ളു...

23. വരികളായ് മാറട്ടെ

വരികളായി മാറട്ടെ ഞാനിന്നു
നിന്റെ പാട്ടിന്റെ ഈണമായി
മെല്ലെ തീർന്നിടട്ടെ.
ദൂരെ ഒരു ചിരിയോടെ
മിഴിചിമ്മും താരമായി
തൂവും നിലവിലായ്
ചേർന്നിടട്ടെ...
എന്നെ ഈ പുൽകുന്ന
ആർദ്രമാം കാറ്റിൽ
നിന്നെയും ഓർത്തു
ഞാൻ നിന്നിടട്ടെ
മിഴി മെല്ലെ പൂട്ടി ഞാൻ
നിന്റെ നറു പുഞ്ചിരിയ്ക്കായി
എന്നും കൊതിയോടെ
കാത്തുനിൽക്കാം.

24. ദാഹം

എന്റെ നഗ്നമായ കഴുത്തിലൂടെ
നിന്റെ ഗന്ധം ഇരച്ചു വന്നു.
അതിൻ തീക്ഷ്ണത എന്റെ
മുടിച്ചുരുളുകളിലൂടെയും, പയ്യെ
വിരലുകളിലൂടെയും തുളച്ചുകയറി.

ചുണ്ടോടു ചേർന്ന നിന്റെ
ചൂടുള്ള ശരങ്ങൾ
എന്റെ പ്രാണനിലൂടെയും
ഒരു ലഹരിയായി,
അതി ലോലമായി പെയ്തിറങ്ങി.

നിന്റെ കരങ്ങൾ എന്നെ
അധികം ചേർത്ത് വച്ചപ്പോഴും,
ഞാൻ നിന്നിലേക്ക് വീണ്ടും
മെല്ലെ അടുത്ത് വന്നപ്പോഴും,
നിന്റെ കണ്ണിൽ, നമ്മൾ
അന്യോന്യം പകർന്ന
സ്നേഹത്തിന്റെ, പകിട്ടാർന്ന
മധുരമുള്ള തുള്ളികൾക്കായ്
ഞാനും, നീയും
ഏറെ ദാഹിച്ചു.

25. ഹേയ് എന്‍ സ്വപ്നതീരമേ

ഹേയ് എന്‍ സ്വപ്നതീരമേ,
നിന്റെ ചില്ലയില്‍ ചേക്കേറാന്‍
ഞാനിതാ നില്‍പ്പൂ.

നിന്നിലേക്ക് ഞാന്‍
വന്നടുക്കാന്‍,
നിന്റെ മാറിലൊന്നു ചായാന്‍,
നിന്നിലൂടെ ഞാന്‍
എന്നെ തിരയാന്‍.

എന്റെ ഇലകള്‍ കൊഴിയുന്നു
നിന്നിലേക്കുള്ള എന്‍ ദൂരം
ഒരോ നിമിഷവും അടുക്കുന്നു.
നിന്നെ മാറോടണയ്ക്കാന്‍,
നീ എന്നെ പുണരാന്‍,
കൈ പിടിക്കാന്‍.

26. സുന്ദരം ഇത് ജീവിതം

ഒഴുകും ഒരു അരുവിയായ്
വിജനമാം ഈ വഴിയേ
ഗതി തേടി അലഞ്ഞിടും,
ഒരു മരു പോൽ ഈ ജീവിതം...

തനുവിൽ ഒരു കുളിരായ്
വിടരും നറു മലരായി
വിരിയും പുതു ശിശിരമായി
ഒരു വെൺ പുഞ്ചിരിയായ്.

നീലവാനിൽ പാറിടും
പറവയായ് മാറിടാൻ
ചിറകുമായി ഉയർന്നീടാൻ
ഇത് മതി ഈ ജീവിതം.

ചെറുനിമിഷങ്ങൾ പ്രിയമിതോ
ഈ ചെറുകോണിൽ അലിഞ്ഞിടും
വർണ്ണജാലം തുറന്നിടാൻ
പ്രിയമേറും ഈ ചെറു ജീവിതം.

27. മൗനം

കുറച്ചു നാൾ ഞാൻ എന്തിനോ
മൗനം ആയിരുന്നു.
ഒന്നുമേ കാണാതെ,
ആരോടും മിണ്ടാതെ,
എന്തിനോ വേണ്ടി.
എത്രയോ വാക്കുകൾ
ഞാൻ എന്റെ മനസിന്റെ
ചവറ്റുകുട്ടയിൽ ദാരുണമായി
വലിച്ചെറിഞ്ഞു കൊന്നിരുന്നു!!

എഴുതാം എന്ന് ഓർത്തിട്ടും,
എന്ത് കൊണ്ടോ എഴുതാതെ വിട്ട
ചില വാക്കുകൾ, എന്നെ
ദേഷ്യത്തോടെ നോക്കിയിട്ടുണ്ടാകാം.
ഞാൻ അതൊന്നു തിരിഞ്ഞു പോലും നോക്കാതെ,
ഒന്നിനെയും ശ്രദ്ധിക്കാതെ
കണ്ണടച്ചിരുന്നു; അല്ലെങ്കിൽ
ഒന്നും അറിയുന്നില്ല എന്ന്
ഞാൻ തന്നെ എന്നെ
പറഞ്ഞു പറ്റിച്ചിരുന്നു.

ഇപ്പോൾ എനിക്ക് എഴുതാൻ
വാക്കുകൾ എന്നെ തേടി വരുന്നു.
എന്റെ ചവറ്റുകുട്ടയിൽ നിന്നു
അവയെ ഞാൻ തിരഞ്ഞെടുത്തു.

അവയെ ഞാൻ പകർത്തി.
ഇനി എനിക്ക് എഴുതണം.
കൂട്ടിനൊരാൾ ഉള്ളത് വരെ
മൗനം ആയിരുന്നിടത്ത് ഉറക്കെ
മതിയാകുവോളം മിണ്ടാൻ.
ഇനി എന്റെ വാക്കുകളെ
എറിഞ്ഞു കളയാതിരിക്കാൻ.
കൂടെ ഉള്ളിടത്തോളം നാൾ
മനസ്സിൽ നിന്നു പുഞ്ചിരിക്കാൻ.

28. പ്രളയം 2018; കേരളം.

എന്തിനായ് നീ എന്റെ കുഞ്ഞിക്കിടാങ്ങളെ
കലിതുള്ളി കാർന്നു തിന്നുന്നു??
എന്തിനെൻ ജീവന്റെ ഉൾത്തുടിപ്പിൽ
നിന്റെ ചുവടുകൾ തീർത്തിരമ്പുന്നു??

ഉറഞ്ഞുതുള്ളി നിന്റെ കലിയടക്കീടുമ്പോൾ
വറ്റാത്ത കണ്ണീർക്കയങ്ങൾ നീ കാണുക.
അന്ന് നിന്നെ വാഴ്ത്തിപ്പാടി,
മഴയുടെ സൗന്ദര്യം, ആഹാ.
എൻ മക്കൾ ഇന്നിതാ നീയാൽ വിതുമ്പുന്നു.

പിഞ്ചുപൈതങ്ങളും നിൻ വിരൽതുമ്പിൽ
കുരുതിയായി മാറിയിട്ടും എന്തേ??
നിന്റെ അടങ്ങാത്ത ക്ഷോഭം എന്നിലേക്കിന്നു
നീ പിന്നെയും വർഷിച്ചിടുന്നു...??

എന്റെ മാർവ്വ് നീ പിളർന്നെടുത്തീലെ??
എൻറെ മക്കളെ നീ ഞെരുക്കിവിഴുങ്ങീലെ??
മതിയാക്കൂ നിന്റെ അട്ടഹാസം
നിർത്തിടൂ നിന്റെ താണ്ഡവം.

എന്റെ കുഞ്ഞു കിടാങ്ങളെ നീ
നിന്റെ ക്രൂര കരങ്ങളിൽ നിന്നും,
നിന്റെ ഉറച്ച ചുവടിൽ നിന്നും,
നിന്റെ അടങ്ങാ കലിയിൽ നിന്നും,

നിന്റെ വിഴുങ്ങലിൽ നിന്നും,
വിട്ടയക്കൂ, ഇതെന്റെ പ്രാണനിൽനിന്ന്
എന്റെ ഹൃദയത്തിൽ നിന്നൊഴുകുന്ന
ദീനരാഗം; എന്റെ ആത്മരാഗം.

29. എനിക്കൊരു ആഗ്രഹമുണ്ട്

എനിക്കൊരു ആഗ്രഹമുണ്ട്.
കേട്ടാൽ ചിലപ്പോൾ നിങ്ങൾ ചിരിക്കും.
എങ്കിലും പറയാം സാരമില്ല.

എനിക്കൊരു സുഹൃത്തിനെ വേണം.
ചുമ്മാതല്ല.
അവനൊരു പ്രത്യേകത ഉണ്ട്.
അല്ലേൽ, അവൾക്കൊരു പ്രത്യേകത ഉണ്ട്.
അത് ഒരു ട്രാൻസ്‌ജെൻഡർ ആയിരിക്കണം.

കണ്ടോ.
ഞാൻ പറഞ്ഞില്ലേ.
ചിലർ ചിരിച്ചു.
ചിലർ എന്നെ പുഛരിച്ചു.
എന്തേ??
ഞാൻ പറഞ്ഞത് കാര്യം അല്ലേ.

അവരും ഈശ്വരസൃഷ്ടി.
ഈ ഞാനും നീയും ഒക്കെ
ഈശ്വരസൃഷ്ടി അല്ലേ??

പിന്നെന്തേ??

"നിനക്ക് പ്രാന്ത് ആണ് പെണ്ണേ"

എന്റെ തലക്കൊരു കൊട്ട് തന്നിട്ട്
ഒരാൾ പറഞ്ഞു.

പ്രാന്തോ!! എനിക്കോ...?? !!

ആകട്ടെ, ഞാനൊരു കാര്യം ചോദിക്കട്ടെ.

നീ മനുഷ്യനെ സ്നേഹിക്കുമോ?
നീ പെണ്ണിനെ സ്നേഹിക്കുമോ?
ആണിനെ സ്നേഹിക്കുമോ??

പിന്നെന്തേ??

അവരെയും ഈശ്വരകരങ്ങളാൽ നിർമ്മിച്ചു
നീയും അങ്ങനെതന്നെ.
അവർ ശ്വസിക്കുന്നതും വായു,
നീയും അത് തന്നെ.
അവർക്കും രക്തം ചുവപ്പ് നിറം,
നിനക്കും അങ്ങനെ തന്നെ.

പിന്നെവിടെയാണ് നീ കണ്ട
വെറും തുച്ഛരമായ വകഭേദങ്ങൾ.???

ലോകനാഥൻ, ഈശ്വരൻ
സംഹാരമൂർത്തിയാം പരമശിവൻ,
അർദ്ധനാരീശ്വരൻ ആയില്ലയോ??..
പിന്നെന്തേ??
നിനക്ക് നേടാൻ കഴിയാത്തത്
നീ സ്വപ്നം കാണാത്തത്

അവർ കാണുന്നു.
അവർ നേടുന്നു.
അവർ വക്കീൽ ആയില്ലേ.
ധൈര്യമേറിയ നല്ല അസ്സൽ പോലീസ് ആയില്ലേ
ഇനിയും,
നല്ല അധ്യാപകർ ആയില്ലേ
പ്രിൻസിപ്പൽ ആയില്ലേ
വോട്ട് അവകാശം നേടിയില്ലേ
MLA ആയില്ലേ
നല്ല ഭടൻ ആയില്ലേ.

പിന്നെന്തേ??

നീതിപീഠത്തിൽ എത്താൻ നിനക്കായോ?
ധൈര്യമായി മുന്നേറാൻ നിനക്കായോ?
പോരാടാൻ നീ ചെന്നുവോ??

പിന്നെന്തിനു??

വിമർശനം എളുപ്പം ആണ്
പക്ഷെ
എത്തിച്ചേരാൻ പ്രയാസം ആണ്.

കാരണം,

വിമർശനത്തിന് പ്രയത്നം ആവശ്യമില്ല
വിജയത്തിന് പ്രയത്നം അനിവാര്യം ആണ്.

ചെയ്യാൻ കഴിയുന്നതിൽ ആനന്ദിക്കടോ.

ചെയ്യുന്നവരെ അഭിനന്ദിക്കട്ടോ.

ഒരുമിച്ച് നിൽക്കാം,
സധൈര്യം സ്നേഹപൂർവ്വം.
ഒരു ജന്മമല്ലോ നമുക്കുള്ളത്.
ജീവിക്കാം പുഞ്ചിരിയോടെ.

30. രണ്ടാമൂഴം

ജീവിതം എനിക്കൊരു
രണ്ടാമൂഴം തന്നിരുന്നെങ്കിൽ,
ചില നിമിഷങ്ങൾ
ഞാൻ മായ്ചുകളഞ്ഞേനെ.
ഓർക്കാൻ ഇഷ്ടപെടാത്ത
ചില നനവാർന്ന നേരങ്ങൾ.
അവയെ തിരുത്താൻ
ഒരവസരം തേടി ഞാൻ.
എന്നെങ്കിലും എപ്പോഴെങ്കിലും
കാലം അതിനു അവസരം നൽകട്ടെ.
അതാണ് ന്യായം
ജീവിതത്തിന്റെ ന്യായം.
അത് തന്നെ നീതി
കാലത്തിന്റെ നീതി.

31. വെറുതെ

ഈശ്വരൻ എനിക്കൊരു ജീവിതം തന്നു,
ജീവിതം കുറച്ചു അനുഭവങ്ങളും.
ചിലർ എനിക്ക് ഓർമ്മകൾ തന്നു,
കാലം എനിക്ക് മാറ്റങ്ങൾ തന്നു.
മനസ്സ്, ചിലത് മറക്കാൻ ഉള്ള
അവസരങ്ങൾ തന്നു.

പക്ഷെ,
ഒന്നുമേ മറക്കാതെ
അവയെല്ലാം ഞാൻ ചേർത്തുവെച്ചു.
എന്റെ കൺകോണിൽ,
എന്റെ വാക്കുകളിൽ,
അവയെല്ലാം ഞാൻ വീണ്ടെടുത്തു.
ഒരു നേർത്ത പുഞ്ചിരിയോടെ,
വീണ്ടും ഓർമിക്കാൻ.
ഓർത്തോർത്തു കണ്ണുനിറയ്ക്കാൻ.
എന്നിട്ട് ഒന്ന് പുഞ്ചിരിക്കാൻ.
വെറുതെ.

32. വീട്

മനസ്സ് കൊതിച്ചൊരു വീടിനെപ്പറ്റി
മഷിചാലിച്ചു ഞാൻ ഈ വരികൾക്കായ്..
'മ' എന്നൊരക്ഷരം കൊണ്ടെൻ
മനം തീർത്തു ഈ കവിത.
മാപ്പ് നൽകണം നിങ്ങളിതിൽ
മനമറിയാതെ വന്ന തെറ്റുകൾക്ക്...

മിഴികൾ മെല്ലെ പൂട്ടുമ്പോൾ
മോഹനമാം സ്മരണകളുണർത്തി
മന്ദസ്മിതം തൂകി ഉള്ളിൽ
മനസ്സിന്റെ അകതാരിൽ ഓടിയെത്തി,
മനോഹരമെൻ വീടിന്റെ ചിത്രങ്ങൾ.
മധുപോലെ ഞാൻ നുകർന്ന
മധുരിക്കും ഓർമ്മകൾ
മന്ദാരംപോലെന്നിൽ പൂത്തുലഞ്ഞു.
മൊഴികളിൽ രാഗമായി
മിഴികളിൽ വർണ്ണമായി
മറയാത്ത ചിത്രമായി
മൃദുലമാം ബന്ധങ്ങൾ നൽകി.
മനസകോവിലിൽ പ്രതിഷ്ഠയായി.
മന്ത്രമായ് എന്നെ തഴുകുമീ
മോഹനമാം വീടിന്റെ
മധുരമാം ഓർമ്മകൾ.

33. സുഖമുള്ളോരോർമ്മ

നനുത്ത മഴയുടെ കുളിരാർന്ന
തുള്ളികൾ എന്നെ പൊതിഞ്ഞു.
എന്നും നനയുവാൻ കൊതിച്ച
ചില ചിറകുള്ള ഓർമ്മകൾ
അകലെനിന്നെങ്ങോ ഒഴുകിയെത്തി.

പുതുമഴ നനഞ്ഞതും, അതിലലിഞ്ഞതും,
അമ്മ തല്ലിയപ്പോൾ
ചിണുങ്ങി കരഞ്ഞതും,
കടലാസ്സ് തോണിയുണ്ടാക്കി
വീട്ടുമുറ്റത്തന്നു കളിച്ചതും,
പിന്നീട് ഒറ്റക്കായപ്പോൾ
പരിഭവം പറയാനെൻ പ്രിയ
സഖിയായി കൂടെ നിന്നതും, എല്ലാം
ഏറെ സ്വകാര്യമായി വീണ്ടും
എന്നോട് മാത്രമായ് മന്ത്രിക്കുന്നുവോ
നീ തോഴി?
കാതോർത്തിരിപ്പൂ ഞാൻ.

34. അഭയാർത്ഥി

ചവിട്ടുപടികൾ ഇല്ലാതെ ഞങ്ങൾ
എവിടെയും നിലനിൽപ്പ് ഇല്ലാതെ നിൽപൂ.
കണ്ണിൽ ജ്വലിക്കുന്ന അഗ്നി
ചുണ്ടിൽ ഉരുവിടുന്നു സന്താപം.
മുഷ്ടി ചുരുട്ടി മുന്നേറാൻ,
ചുവടുകൾ ഓരോന്നായി ശക്തമായി.

അഭയംതേടി എങ്ങോട്ടോ,
ആശ്രയം ചോദിച്ചു ഉഴറുന്നു.
അഴലിന്റെ നെടുവീർപ്പിലും
തണൽ മരത്തിനായ് നോക്കുന്നു.
മുട്ടുമ്പോൾ തുറക്കാത്ത വാതിലുകൾ
ആത്മാവിൽ ഒരു ശോകമായി തീരുന്നു.

എവിടെയാണ് എന്റെ നിലനിൽപ്പ്
എവിടെ!? "ഞാൻ " എന്ന എന്റെ വ്യക്തിത്വം
സ്വന്തമെന്ന് കരുതിയതും ഇനിയില്ല.
ഒരു മടക്കയാത്ര ഇല്ലാതെ,
സ്വന്തമെന്ന് കരുതാനും ഇനിയില്ല,
ഈ ലോകത്തിനു മുൻപിൽ, തൊഴുകൈയുമായി,
നിസ്സഹായനായി,
ഒരു അഭയാർത്ഥി.

35. ഇനിയും ബാക്കി

പറയുവാനേറെ കൊതിച്ചുകൊണ്ടാ
പടിവാതിലിൽ നിന്നു ഞാനേറെ
ഒരു പിടി സ്വപ്നം കിനാവിലേ-
ക്കൊരായിരം മുത്തുകൾ പാറി വന്നു.

ചിലമ്പിൻ നാദങ്ങളെൻ കാതിൽ
ചാഞ്ചാടി കിതച്ചോടിയെത്തി
എങ്കിലും പറയുവാൻ ബാക്കി നില്ലൂ
എന്നെ പിരിയരുതെന്നു മാത്രം.

വിദ്യാലയപ്പടി വാതിലിലന്നു നീ
വസന്തം വിതറിയിട്ടോതിയില്ലേ ?
മറക്കുകില്ലൊരിക്കലും എന്നായുസ്സിൽ
മന്ത്രമൊരായിരം ഉരുവിട്ടില്ലേ?

മറയാത്ത പ്രിയസഖി നീയെന്നിൽ
മയൂഖം പോൽ പൂത്തുനിൽപൂ
ഒരു പിടി സ്നേഹം നുകരുവാൻ,
ഒരു പിടി വെട്ടം പകരുവാൻ.

36. മിന്നാമിനുങ്ങ്

ഒരിക്കൽ എന്റെ ഇരുണ്ട മുറിയിലേക്ക്
ഒരു മിന്നാമിനുങ്ങ് കടന്നുവന്നു.
ആ പ്രകാശം എനിക്ക് പുഞ്ചിരി തന്നു
മനസ്സിൽ ആശ്ചര്യം വിതറിയിട്ടു.

ഏറെ നേരം ആയില്ല,
എന്നെ അതേ ഇരുട്ടിലാക്കി
എവിടെയോ അത് ഒളിച്ചിരുന്നു.
ഞാൻ ഒന്ന് ചിരിച്ചതേ ഒള്ളു.
കാരണം, ഇത് സ്വാഭാവികം മാത്രം.
എന്നും, എന്നിലേക്ക് വന്നതെല്ലാം
അതിവേഗം മാഞ്ഞുപോയിട്ടേ ഒള്ളു.
അതിലൊന്ന് മാത്രം ഇത്.

അപ്രതീക്ഷിതമായി ചിലത് വരും,
ആരുടേയും അനുവാദം ഇല്ലാതെ.
സന്തോഷം തരും, എന്തിനോ
അതുപോലെ ഇറങ്ങി പോകും.
അതും അനുവാദം ഇല്ലാതെ തന്നെ.
അപ്പോൾ കണ്ണ് നിറയും അറിയാതെ
വെറുതെ ചെറുതായി
എന്താലേ?

37. സംഗീതം

മനസ്സിന്റെ ആഴങ്ങളെ
ദൂരെ എവിടേക്കോ
സംഗീതം കൊണ്ടുപോകുന്നു.
അനന്തമാം,
ആകാശത്തിൻ വിരിയിലേക്കും, അഗാധമാം,
കടലിന്റെ ഹൃത്തിലേക്കും.
ഭൂവിന്റെ ഓരോ രഹസ്യങ്ങളെ
തേടിത്തേടി സംഗീതം യാത്രയാകുന്നു.

യാത്ര തുടരാൻ എന്നെ
ഒപ്പം ചേർക്കുന്ന ചങ്ങാതിയായി,
സംഗീതത്തിന്റെ ഓരോ കണവും
ഉള്ളിനെ ആഴത്തിൽ തട്ടുന്ന
വികാരമായ് മാറുന്നു.

ജീവിതത്തിൽ എന്നും സഖിയായി
വരികളിൽ അലിഞ്ഞ ഈണങ്ങൾ
എൻ ആത്മാവിനെ സ്പർശിക്കുന്നു. കൺകളടച്ച്,
സംഗീതത്തിൽ അലിയുമ്പോൾ,
അറിയുന്നു ഞാൻ,
എൻ ജീവന്റെ സ്പന്ദനങ്ങൾ!

38. മഴക്കാറ്

മിഴി മെല്ലെ പാതിചാരവേ
നിന്റെ മധുരമാം രാഗങ്ങൾ
എന്നെ നിത്യവസന്തമായ്
പുണർന്നു വന്നു.

നിന്റെ മിഴിയിൽ തേടി
ഞാൻ വീണ്ടുമാ
മായാത്ത സ്നേഹത്തിൻ
വർണ്ണചിത്രം.

അണയാത്ത ദീപമായി
എന്നെ കരേറ്റുവാൻ
ദളമർമരമായി നീ
അരികിൽ വന്നു.

മനസ്സിൽ നീ എന്നെന്നും
തൂമഞ്ഞു തുള്ളിയായി,
നനവാർന്ന ഓർമയായി
ബാക്കിനിന്നൂ.

നീയായി പെയ്യുവാൻ,
ഒന്നായി പുണരുവാൻ,
മനസ്സിൽ നിറയുമൊരു
മഴക്കാറു മാത്രമായ് ഞാൻ.

39. കരസ്പർശം

ജീവിതനൗകയിൽ എന്നെ പൊതിയുവാൻ
വിറയാർന്ന കരങ്ങൾ ഉണ്ടായിരുന്നു.
ചുളിവ് വീണ് ദുർബലം എങ്കിലും
കരുത്താർന്ന സ്നേഹം നിറഞ്ഞിരുന്നു.

കരുതലിൻ നാളങ്ങൾ നിഴലിച്ചു നിന്നു
പുണ്യമാം സ്നേഹത്തിൽ വേരൂന്നി നിന്നു.
അഗാധമാം സത്യത്തിൻ പുഴപോലെ
ഓളങ്ങൾ തഴുകി എന്നിൽ ഒഴുകി വന്നു.

അക്ഷരത്താളുകൾ ഓരോന്നായി എന്നിലെ
അകതാരിൽ നീട്ടി തുറന്നു തന്നു.
ജീവിത പാഠങ്ങൾ ഓരോന്നായി മനസ്സിന്റെ
സുന്ദര പൊയ്കയിൽ ചേർത്തുവച്ചു.

ചിരിതൂകി എൻ ഹൃത്തിനെ തണുപ്പിച്ച
മഴമേഘമായെന്നും അരികിലെത്തി.
വേദനയാൽ ഉള്ളം തേങ്ങുമ്പോൾ,
ആശ്വാസമായെന്നും കരം നീട്ടി വന്നു.
ഊഷ്മള സ്നേഹത്തിൻ പരിമളം
തെന്നലോടൊപ്പം ഒഴുകിയെത്തി.
കാലത്തിൽ മാഞ്ഞുപോയാലും എന്നുള്ളിൽ
എന്നും നിൻ കരസ്പർശം അറിയുന്നു ഞാൻ.

40. മാതൃ (വിലാപം) സ്നേഹം

പെറ്റമാതാവെങ്ങനെ പൊറുക്കും
അസഹ്യമാമീ ക്രൂരത?
അവരിന്നീ വൃദ്ധസദനത്തിൻവാതിലിൽ
കണ്ണീർ തൂവി ഓർമകൾ പുതുക്കവേ
കാലചക്രമിത്തിരി മുൻ നിമിഷത്തിലേതോ
യാമത്തിലേക്കു കടന്നു ചെന്നെത്തവേ...

അത്താഴമൊരുക്കി പ്രിയമകനേയും
പ്രിയതമനെയും കാത്തിരിക്കവേ...
വീട്ടു വരാന്തയിൽ ഒരു ചുവന്ന വാളേന്തി
രക്തത്തിൽ കുളിച്ചതാ നിൽക്കുന്നു...
വേറാരുമല്ലയാ പ്രിയ മകൻ തന്നെ...
ഓമനിച്ചുമ്മവച്ച പ്രിയ മകൻ തന്നെ...

കൈവേഗമുയർത്തി തൻ നേർക്കും!
പെറ്റമ്മതൻ നോവറിയാത്ത പുത്രൻ!
വാതിലടച്ചു താൻ വേഗം സ്വരക്ഷക്കായ്...
പ്രാണനാഥൻ ഇനിയും വന്നില്ല...
തനിയെ ആ വീട്ടിൽ ഇരുളിന്റെ
സഖിയായ് കഴിഞ്ഞു കൂടി...

പിന്നീടറിഞ്ഞു അവർ.... ഒരു നടുക്കത്തോടെ...
സ്വന്തം മകൻ തന്നെ.. തൻ പിതാവിനെ...
വെട്ടി ശവമാക്കി...

ഞെട്ടിത്തരിച്ചു അവർ,
സ്വത്തിനു വേണ്ടിയോ? സ്വപിതാവിനെ
അവനിയിൽ നിന്നകറ്റി
നാലര പതിറ്റാട്ടിൻ തണലായ ആ വൃക്ഷത്തെ
സ്വപുത്രൻ തന്നെ നിലംപരിശാക്കി...!!

ആകെയൊരാൺതരി... മോഹിച്ചു ലഭിച്ചവൻ
ഈ പെരും ക്രൂരത കാട്ടിയല്ലോ?
അവനിന്നാ ജയിലറക്കുള്ളിൽ തൂക്കുകയറിനായ് നാളുകൾ
വേവലാതിയോടെണ്ണിക്കഴിയുന്നു...
വിലപിച്ചു തേങ്ങുന്നു...

നോക്കൂ സഹജരേ, ഈ മാതൃ വിലാപം
കേൾക്കൂ മനുജരേ, ഈ ദീന സ്വരം...
സ്വരം മന്ദമായ്, കണ്ണീർ ഇനിയില്ല...
ആശ തൻവേരില്ല... ശൂന്യമാം മാനസം...
വരണ്ടുണങ്ങിയ ജീവിതം...

എങ്കിലും മാതാവ് മന്ത്രിക്കുന്നു...
ഒരു നവ തലമുറയോടായ്...
ഇരുളിലലിയാത്ത രോക്ഷവുമായ്...
ചിതയിലെരിഞ്ഞമരുകയില്ലെന്റെ ജീവിതം...
ചിതറുന്ന തീ നാളമായ്...
എരിയുന്ന കൈവെപ്പുകൾ...

41. മിഴി

പറയുവാൻ വെമ്പുന്നു മിഴികൾ
പറയാതെ ഞാൻ വെച്ച മൊഴികൾ
ചാരെ വന്നെത്തീടാം മെല്ലെ
കൂട്ടിനായി എന്നും നിൻ മിഴിയായ്.

നിന്റെ കൈപിടിച്ചെന്നും
ഈ തീരങ്ങൾ തോറും
ജന്മങ്ങൾ താണ്ടി
ഏറെ നടന്നിടാം.

മൊഴികളിൻ രാഗം തേടി
മന്ത്രമായ് കൂടെ നിൽക്കാം
മിഴിയിലെ വെണ്മയാകാം
എന്നും കാവലായി.

ഉണരാതെ നിൽക്കുന്ന രാവേ
മൗനം പാലിക്കാതിങ്ങു വായോ
മിഴികൾ തുറക്കുക രാവിന്റെ സഖിയെ
നിറമാർന്ന ലോകത്തെ കാണാൻ വായോ.

42. ഉൾത്തുടിപ്പ്

ഉയിരിന്റെ ആഴങ്ങളിൽ
ജീവന്റെ നാളങ്ങളിൽ
ഉൾ തുടിപ്പായി എന്നും
ഓർമ്മകൾ മാത്രമേ.

സൗരഭ്യം എന്നെന്നും മൊഴികളിൽ
മെല്ലെ ഈണമാക്കി
വീണ്ടുമെൻ മാനസ വീണയിൽ
തന്ത്രികൾ ആയി നീ മാറിയോ.

അറിയാത്ത ശാഖയായി മാറി
അണയാത്ത ദീപമായി നീ
ഉള്ളിന്റെ കണം പോൽ
നെഞ്ചിൽ ചാരെയായി നീ.

അണയാത്ത മോഹത്തിൻ
നിറശില്പമായ് നീ
അറിയാതെന്നെ സ്പർശിച്ച
ലാവണ്യം ആയി മാറിയോ.

നിറ ശാഖ ആയെന്നും നീ
ഈരടിയിൽ ഈണം നീ
ഇലകൾ തൻ മർമ്മരം നീ
എന്നുള്ളിലെന്നും നിറയുന്നു നീ.

പറയാതെ വയ്യ എന്നുള്ളിൽ
ഇടറാത്ത ശ്വാസമായി നീ
എന്നിലെ സ്നേഹത്തിൻ
ആഴവും നീ.

അണയാത്ത എൻ സ്നേഹമേ
പയ്യെ വന്നു പുൽകീടുവാൻ
കൈകൾ കൊതിക്കയായി
എൻ നെഞ്ചകമേ.

അരികത്ത് തലോടലായി
ഞാനെന്റെ കരങ്ങളെ
തരികയായി എന്നുമീ
മൂക രാവിലായി.

43. അഗ്നി

എരിയുന്ന അഗ്നിയായ് ഉയരുമെൻ ഉള്ളം
എന്തിനോ തീരാത്ത ദാഹവും പേറി.
അടങ്ങാത്ത, ശക്തമാം മോഹത്തിൽ
വേരൂന്നി വീണ്ടുമെൻ ഉൾക്കനവുകൾ.

നാളമായ് മാറിടാൻ കൊതിക്കുന്നെൻ മനം
ഇടറാത്ത തീക്ഷ്ണമാം ചുവടുകളോടെ.
ഇന്നിതാ കേഴുന്നു, ഉരുകുന്നു,
അഗ്നി സാഗരത്തിൽ ഉഴറുന്നു ഞാൻ.

എന്നെ ചുറ്റും ചുവരുകൾ, വേലികൾ
പൊളിച്ചു നീക്കുവാൻ ശക്തിയുമായ്.
എന്നെ മൂടുന്ന തിരശ്ശീലയെ
വലിച്ചു കീറുവാൻ ഊർജവുമായ്.

ആളിപ്പടരുന്ന എൻ രോക്ഷം
അഗ്നിയായ് അലറുന്ന നിലവിളികൾ.
അടക്കി വെക്കുവാൻ കഴിയാത്ത എന്തിനോ
വെമ്പുന്നു വീണ്ടുമെൻ ഇടനെഞ്ചിൽ ആരോ.

44. പൊരുൾ തേടി.

അണയാത്ത ദീപത്തിൻ പൊരുൾ
തേടിയലയുന്ന ഭീമമാം യാത്ര.
അതിലുഴറുന്ന യജ്ഞത്തിൻ
അതിർ തേടിയെത്തുന്ന യാമം.

ആയിരം തീക്ഷ്ണമാം അഗ്നിയിൽ
അമർന്നൊരാ ദേവിതൻ പാദപൂജ.
മലരിന്റെ ശോഭയും കുയിലിന്റെ ഗാനവും
ഇളംകാറ്റിൽ പുൽകുന്ന വനദേവത.

അരുണന്റെ ശോഭയാൽ പ്രതിബിംബം
തീർക്കുന്ന പ്രകൃതിതൻ വിസ്മയ കേന്ദ്രം
കാടിന്റെ കാന്തിയെ വർണിപ്പാനാരുള്ളു
ജഗദീശസൃഷ്ടി എത്ര കാമ്യം !!

അലറുന്ന നാദവും ഒഴുകുന്ന പുഴയും
പൊട്ടിച്ചിരിക്കുമീ കാട്ടരുവിയും
ഗർജ്ജനം മുഴക്കുന്ന കാട്ടുരാജാവും
ശക്തനാം കൊമ്പന്റെ വീര്യവും

തളിരിട്ട തീർക്കുന്ന മുത്തശ്ശി മരത്തിനു
ചങ്ങാതിയാകുന്ന അണ്ണാറക്കണ്ണനും
കുഞ്ഞിക്കിടാങ്ങളെ പറത്തം പഠിപ്പിക്കാൻ
ചിറകുവിടർത്തുമാ പക്ഷിക്കൂട്ടവും.

ഹേ!ലോകമേ !നീ വെറും അലറുന്ന
കാടിന്റെ ഗർജ്ജനമല്ലോ കേട്ടത്.
ആസ്വദിക്കാനായ് എത്രയും മൊഞ്ചുള്ള
വനദേവതയെ നീ കാണമതില്ലേ.

മലർച്ചൂടി നിൽക്കുന്ന നൃത്തം വയ്ക്കുന്ന
കാനനത്തിൻ പുഞ്ചിരി കാണമതില്ലേ.
അത്ഭുതം! അത്ഭുതം! മഹാത്ഭുതം!!
ജഗദീശ്വരൻ തൻ സൃഷ്ടി എത്ര കാമ്യം!

അണയാത്ത ദീപത്തിൻ പൊരുൾ തേടി
ഭീമമാ പാതയിൽ ഞാൻ നടന്നു
കാനനശുത്രി തേടി, ജീവന്റെ പൊരുൾ തേടി
പ്രകൃതിതൻ ഗന്ധത്തിൽ ഞാൻ നടന്നു.

ഗാഢമാം ജ്ഞാനത്തിൻ ഉറവാണ് നീ
പ്രകൃതിതൻ നേർരേഖയാണ് നീ
മനസ്സിന്റെ ശോകത്തെ തൂവെള്ളയിൽ
ഒപ്പിയെടുക്കുന്നൊരെൻ അമ്മയാണ്.

ഇടം തേടിടാം ഞാൻ നിന്നിൽ
പൊൻവെയിലായ് നിന്നിൽ അലിയാം.
നിൻ ഭംഗിയാൽ മനം കവരുന്നു
നിത്യ ശോഭയേ നിനക്കായ് ഞാനിതാ.

45. സൗഹൃദം ഒരു സ്നേഹം.

നിന്റെ കണ്ണിൽ കാണുന്നു എന്നെ
നിന്റെ മൊഴിയിൽ ഒരു താളമായി
ഓരോ ചിരിയിലും വിടരുന്ന മധുവായ്
എന്നെ പൊതിയുന്നു ഈ സൗഹൃദം.

ഒരോ മരച്ചുവടുകളും പറയുന്നു
നിൻ സൗഹൃദം,
തഴുകുമീ കാറ്റിലും നിൻ സൗരഭം.
ചുവടുകൾ ചേർത്ത് നാം മുന്നോട്ട് നീങ്ങവേ
ഉള്ളിലൊരു അടങ്ങാത്ത പുണ്യസ്നേഹം.

ജീവനായി തുളുമ്പുന്നു നിൻ നന്മകൾ
ഒരുമിച്ചു തോൾചേർത്ത സൗഹൃദങ്ങൾ
നാം പങ്കുവെച്ചോരാ മധുരങ്ങൾ
ജീവന്റെ ശ്വാസം പോൽ കൂടെ നിൽപ്പൂ.

സുന്ദരം ഈ നാലു ചുവരിലെ അപ്പുറം
നാം ചേർത്തുവെച്ചൊരാ സൗഹൃദങ്ങൾ.
ഓരോ നിമിഷവും പറയാതെ പറയുന്നു
ഒരു ജന്മം തീരാത്ത സ്നേഹം .

46. മഴ എന്റെ പ്രിയതോഴി

വിരൽ തൊട്ടുണർത്തുന്ന രാഗമേ
എന്റെ ഹൃത്തിലേക്ക് നീ വരൂ.
കുളിർ കോരിയണിയിക്കും രാവിന്റെ
സഖിയായെന്നെ തലോടു.

ഏകാന്തമാണെൻ മാനസം
അച്ഛരനില്ല അമ്മയില്ലി
ച്ഛരയിലാർക്കുന്ന
അനുജത്തിയില്ല അനുജനില്ല.

എന്നെ തനിച്ചാക്കിയി
രാത്രി മഴയിൽ പിരിഞ്ഞു പോം.
അവർ പിന്നെയെന്റെ ജീവിതം
തന്നിലെ ഈണങ്ങൾ തൊട്ടില്ല.

വിഷാദമാണെങ്കിലുമെൻ മനം
മോദമായ് നിന്നെ സ്മരിക്കുന്നു
വരുതോഴി, എൻ മാനസേ
നിനക്കുള്ള സ്ഥാനമോ ബഹുലം.

വരൂ നീയെന്നിലേക്കൊരു
സാന്ത്വന സ്പർശമായ് വന്നു ചേരൂ.
തിരയടിച്ചുയരുന്ന ചിന്തതൻ
കനലുമായ് കടന്നു വരൂ നീ സഖീ!

47. മായാവർണ്ണം

സ്നേഹമേ നിന്നെ തേടി
എൻ മനം ഏറെ സഞ്ചരിപ്പൂ.
ചേർത്തിടാം ഓരോ നിമിഷവും
എൻ ജാലകവാതിലിൽ.

നിൻ മധുരിക്കും ഓർമകളാൽ എന്നും
ഹൃദയമേ നിന്നെ ഞാൻ തേടി നിൽപ്പൂ,
ഇളം കാറ്റായി എന്നെ തലോടാൻ
അരികിലെന്നും ഒരു പുതുമഴയാകാൻ.

ഈ വിഹായസ്സിലെന്നും
ചിറകുവീശി പറന്നിടാം
കൈകോർത്തു ഒന്നായിടാം
പുഞ്ചിരി തൂകി ചേർന്നിടാം.

സ്നേഹത്തിൻ ജാലകവാതിലിൽ
നിനക്ക് തീർത്തിടാമൊരു മനോഹരശില്പം
കോറിയിടാം എന്നിൽ നിന്റെ
ഒരിക്കലും മായാത്ത വർണ്ണ ചിത്രം.

48. ഞാൻ കണ്ട അരുവി

കണ്ടു ഞാനന്നു സായാഹ്നനേരത്തിൽ
കളകളമുഴുകുന്നൊരരുവിതൻ ലാവണ്യം.
കേട്ടു ഞാനന്നു സായംസന്ധ്യയിൽ
കിളിക്കൊഞ്ചൽ പോൽ അവളുടെ മന്ദഹാസം .

എവിടെ നിന്നെത്തുന്നു മോഹിനീ
എങ്ങു നിൻ ഉറവിടമെന്നുചൊല്ലൂ.
കേഴുന്നു ഞാൻ നിൻ ഉത്തരത്തിനായ്,
കൺകൾ കൊതിക്കുന്നു. നിൻ ചാരുലതക്കായി.

എവിടേക്കെൻ മനം കൊണ്ടുപോകുന്നു ?
നീ എവിടേക്കെന്നെ ക്ഷണിച്ചിടുന്നു ?
അകതാരിൽ നീ പതിഞ്ഞിരിപ്പൂ.
അറിയാതെൻ മനം നിന്നെ സ്മരിക്കുന്നു.

മാമരങ്ങളും തേൻ മലരുകളും
സ്വാഗതം ചെയ്വു നിൻ മാഹാത്മ്യം.
മോഹിക്കുന്നെൻ മനം
നിൻ മാധുര്യമേറും സല്ലാപമതിനായി

49. ഒരു തേങ്ങൽ

തേങ്ങുന്നു ഞാൻ സന്ധ്യേ, പ്രിയമക്കളെന്നെ
വിട്ടെവിടേക്കോ പിന്നെയും യാത്രയായി.
നോക്കിയില്ലാരുമെൻ നാവിലേക്കൊരുതുള്ളി
പാഴ്ജലം പോലുമേ നൽകിയില്ലെൻ.

പറയുന്നു നിന്നോടായ് പ്രിയസഖീ
എന്നുടെ ആത്മാവിലെഴുതുന്ന ദുഃഖശ്ലോകം.
മറന്നുപോയ് പ്രിയ മക്കളെൻ തലോടൽ
മെല്ലെ ഞാൻ തൂവും പുഞ്ചിരിയും!

വയ്യാതെ നിൽപ്പൂ ഞാൻ സന്ധ്യേ,
ഈ സത്യം എന്നെ തളർത്തിടുന്നു.
ഗൗനിക്കുന്നില്ലെന്നെ,പ്രിയ മക്കളിന്നെന്റെ
മാതൃത്വം തന്നെ മായ്ച്ചിടുന്നു.

വയ്യെന്റെ പ്രിയ സന്ധ്യേ, മടങ്ങുന്നു ഞാനിനി
മൃതി തൻ ആഴങ്ങൾ തേടിത്തേടി.
കണ്ണുനീർ തൂവുമീ പ്രിയ മാതാവു തന്റെ
വിഷാദം കുറിക്കുന്നു ഇന്നിവിടെ.

പ്രിയ മക്കളെ കേൾക്കൂ, ശോകമീ പാട്ടിന്റെ
ആഴവും അതിനുടെ തീക്ഷ്ണതയും.
ഇന്നെന്റെ ഉള്ളിലാ പ്രാർത്ഥന ഉയരുന്നു.
എൻ മക്കൾക്കീ ഗതി വന്നു ചേർന്നിടല്ലേ!

50. രാവിലൊരു നിലാപക്ഷി

തരളമൊരു ചില്ലയിൽ
രാവിനോട് പറ്റിച്ചേർന്നു
മനസ്സിനെ പാടുന്നു നിലാപക്ഷി.
ഓർമ്മകൾക്കൊരുണർത്തു പാട്ടായി,
നിലാവിനെ സ്നേഹിച്ച രാപക്ഷി.
മാറിൽ നിന്നുയരുന്നു നിനവാർന്ന സ്നേഹവും,
പണ്ടെങ്ങോ പാടിത്തളർന്ന ഈരടികളും.
നിലവിലലിയാതലിയുന്നു,
മനസിന്റെ ഉള്ളിൽ പിടയുന്ന ആർദ്രമാം സ്നേഹം.
കൺകോണിലെവിടെയോ തങ്ങിനിൽക്കുന്നു,
നിലാവിന്റെ സുന്ദരമാം ഒളിയിലും
തഴുകുന്ന സ്നേഹത്തിൻ പൂർണ്ണരൂപം.
വീണ്ടും പാടുന്നു ആ നിലാപക്ഷി
മനസ്സിൽ നിന്നുയരുന്ന പ്രണയരാഗം.